புவியின் பார்வையில்

பாவைகள்

சி.விக்கனராஜ்

ஏலே பதிப்பகம்

புவியின் பார்வையில் பாவைகள்– சிறுகதைகள்
© சி.விக்கனராஜ் 2021
எழுத்தாளர்: சி.விக்கனராஜ்
முதல் பதிப்பு: நவம்பர் 2021

வெளியீடு:
ஏலே பதிப்பகம்
5/175, பாத்திமா நகர்,
கூத்தென்குழி,
திருநெல்வேலி – 627104
தொடர்புக்கு: 9944992571

Puviyin parvaiyil pavaikal- Story
All Copy Rights Reserved By © S.Vignaraj 2021
Author: S.Vignaraj
First Edition: November 2021

Published By:
Aelay Publish
5/175, Fathima nagar,
Kuthenkuly,
Tirunelveli -627104
Phone: 9944992571

Design And Executed by

ISBN : 978-93-5533-067-3
Page : 65

என்னுரை

"வாய்ப்பு" என்ற சொல்லின் பொருளையும், வலியையும் சிலர் அறிந்திருக்கமாட்டார்கள். ஆனால் பலர் வாய்ப்புக்காக நீண்ட நாள் காத்திருப்பார்கள். அப்படி காத்திருந்து வாய்ப்பு கிடைக்கவில்லை என்று சொல்பவர்கள் உண்மையில் சுயநினைவு அற்றவர்களாய் தான் வாழ்கிறார்கள். ஏனெனில் நம் வாழ்க்கையில் நாம் கண்விழித்து வாழும் ஒவ்வொரு நாளும் ஒரு வாய்ப்பு தானே அந்த வாய்ப்பை ஏற்றுக்கொண்டு அதற்கு உண்மையாய் உழைத்தோமோ என்பதே இங்கு கேள்வி. என் வாழ்க்கையில் எனக்கு எழுந்த இந்த கேள்விக்கு பதிலாய் என் முதல் புத்தகமான இதை எழுதியுள்ளேன்.

இந்த புத்தகத்தில் இரண்டு அத்தியாயங்களில் எனது பத்து சிறுகதைகள் இடம்பெற்றுள்ளது. ஒவ்வொரு கதையில் வரும் கதாபாத்திரங்களும் நம் அன்றாட வாழ்வில் சந்திக்கும் கதாபாத்திரங்களாய் உலா வரும். இதை வாசிக்கும் ஒவ்வொருவரும் அவரின் மனநிலையை பொறுத்தே கதாபாத்திரங்கள் யாவும் அவர்களுக்குள் தாக்கத்தை ஏற்படுத்தும்.

அத்தியாயங்கள்

1. பெண்ணுக்குள் மனம் ஒன்று

2. கற்பென்பது யாது

1.பெண்ணுக்குள் மனம் ஒன்று

முன்னுரை

சில உயிர்களுக்கு பல பெண்கள் திருகிவிடும் பொம்மையாகவும் போதை தரக்கூடிய பொருளாகவுமே இருக்கிறார்கள். பெண் என்பவள் இயந்திரம் அல்ல என்பதை உணர வாசித்தலோ அல்லது எழுதுதலோ மட்டும் உதவாது. வாழ்வில் நம்முடன் வாழும் பெண்களை அவர்கள் விருப்பத்தில் நாம் வாழவைப்பதிலே அதை உணரமுடியும். இதை பற்றி முழுவதும் எடுத்துரைப்பதல்ல இனி வரும் கதைகள். இவையாவும் சில உயிர்களின் வாழ்வியலை எளிய முறையில் எடுத்துரைப்பதற்காகவே எழுதியது.

1. நெல் மணிகள்

2. சிட்டெறும்பின் வலி

3. மறையாத வடு

4. நிலவின் மறைவில்

5. ஆள் பாதி ஆடை பாதி

நெல்மணிகள்

சிறு சிறு சதுரங்களை அடுக்கி வைத்தது போல் காட்சியளிக்கும் அந்த அடுக்குமாடி குடியிருப்பில், நான்காம் தளத்தில் பதினைந்தாம் கதவு எண் முன் நின்று காரிங் பெல்லை அழுத்தினான், சேது. அவனின் மனைவி லட்சுமி, மணியின் ஓசை அடங்கும் முன் கதவை திறந்தாள். அவன் கையில் இருந்த மடிக்கணினி பையையும், மதிய உணவு பையையும் வாங்கினாள். அவனின் உடல் அலுவலகத்தின் பணிசுமையாலும், சாலையின் போக்குவரத்து நெரிசல்களாலும் மிகவும் சோர்வடைந்து இருந்தது. ஆதலாலோ ஏனோ அவன் வீட்டில் நுழைந்தவுடன் சோஃபாவில் அமர்ந்தான். அவள் கையில் பைகளுடன் அவனிடம் "காஃபி போடாவா" என்று கேட்டாள். அவன் அவளை பார்த்து "டீ போடேன்" என்றான். அவள் அந்த மடிக்கணினி பையை அறையினுள் இருந்த மேசையில் வைத்து விட்டு, சமையல் அறையினுள் நுழைந்து அடுப்பில் மூடி இருந்த பாத்திரத்தை திறந்து அடிப்பினை பற்ற வைத்தாள். பாத்திரத்தில் இருந்த பால் ஏற்கனவே சூடு செய்து இருந்ததால், அதில் டீத்தூளை சிறுது போட்டுவிட்டு, அந்த மதிய உணவு பையில் இருந்த சாப்பாட்டு கிண்ணங்களை எடுத்து நீரில் துலக்கி வைத்தாள். பின் தேநீரை ஒரு சிறிய கோப்பையில் ஊற்றி எடுத்துக் கொண்டு அவன் முன் சென்று தன் இருகரங்களை நீட்டினாள். அதை அவன் எடுத்து சுவைத்தவாறு, அவளை பார்த்து "என்னடி இது டிரஸ்" என்று கேட்டான். அவளோ தான் அணிந்திருந்த நைட்டியை பார்த்தாள். அவன், அவளிடம் "சாரி

கட்டிக்கோ டி" என கூறி புருவங்களை மேல் தூக்கினான், பின் அவன் சோஃபா வில் சாய்ந்தான்.

இரவு உணவை சமைத்திட சமையல் அறையினுள் நுழைந்தாள். மனிதர்கள் சிலர் பல மணி நேரம் ஒரே இடத்தில் அசைவின்றி அமர்வது உண்டு. ஆனால் மணிக்காட்டும் கடிகாரத்தின் முற்கள் ஒருபோதும் அசையாமல் இருப்பதில்லை. அந்த வட்டவடிவ கடிகாரத்தில் சிறிய முள் ஒன்பதாம் எண்ணை தொட்டது போலவும், பெரிய முள் பதினொன்றாம் எண்ணை தொட்டுக்கொண்டும், வட்டமிடும் நொடிமுள் சுழன்றவாறும் இருந்தது.

அவள் சமையலறையின் வேலைகளை முடித்து விட்டு, சேலையின் ஒரு மடிப்பால் தன் வியர்வையை துடைத்துக் கொண்டு அறையினுள் நுழைந்தாள். அவன் படுக்கையில் அமர்ந்து கொண்டு கைப்பேசியை பார்த்தவாறு இருந்தான். அவள் அவனின் அருகே அமர்ந்ததும், கைப்பேசியை அணைத்துவிட்டு அவளிடம் "நாளைக்கு ராமோட மேரேஜிக்கு போகனும், சீக்கிரமா கிளம்பனும்" என கூறினான். அவள் "ம்" என தலையசைத்தாள். அவன் படுத்துக்கொண்டு தனது வலது பக்கத்தில் இருந்த சுவிட்சை அணைத்தவுடன் அறையை இருள் சூழந்தது. சில நிமிடங்கள் சென்றவுடன். குறைக்குடத்தில் கூத்தாடும் நீரை போல் அந்த மெத்தையில் அவளின் மேனி ததும்பியது. பின் ஒருசில நொடிகளில், இரவின் மர்மமான உறக்கம் அவ்விருவரையும் பற்றிக்கொண்டது.

"லட்சுமி, இங்க வாயேன்" என குரல் கொடுத்தான். அறையின் கதவு திறக்கவில்லை. "என்னடி பன்ற" ன்னு கத்தினான். அவள் கதவை திறந்து கொண்டு

வெளியே வந்தாள். "சாரி கட்டிட்டு இருந்தன்னு" கூறினாள். "இது ஒரு கலரு, இந்த கலர் சாரி கட்டுறதுக்கு இவளோ நேரம்" ன்னு அவன் கூற, அவள் மௌனம் காத்தாள். "இதெல்லாம் என்ன எழவுடி வேஸ்ட் கவர் எல்லாம் எடுத்து என்ன பன்னிவைச்சி இருக்க, அதுவும் இது அழகா இருக்குன்னு கண்ணாடி முன்னாடி வைச்சு அசிங்க படுத்திறியா"ன்னு கேட்டான். அவள் "இது ரீசைக்கிளிங் ப்ரொடேக்ட்ஸ் நானே பிளாஸ்டிக் கவர்ஸ் டிசைன் பன்னி பிளவர்ஸ் ரெடி பண்ண, அத தான் அங்க வைச்சன்அ" ன்னு மெல்லிய குரலில் கூறினாள். அவன், "அதெல்லாம் தெரியுது, வேஸ்ட் கவர்லாம் இங்க இருக்க கூடாது, அந்த டட்ஸ் பின்ல தான் கிடக்கனும் புரிதான்னு" சொல்லி அந்த பாலீதின் மலரை கசிக்கி குப்பைத்தொட்டியில் வீசினான். பின், "ஏய் ரெட் கலர் சாரி கட்டிட்டு வா, சீக்கிரம்" னு கத்தினான். அந்த குப்பைத்தொட்டியில் கசக்கி எறிந்த ரோஸ் மலரை போல், அவள் அணிந்திருந்த ரோஸ் நிற சேலையை கழற்றி எறிந்து விட்டு. சிவப்பு நிற சேலையை தன் உடலில் சுற்றிக்கொண்டு இருசக்கர வாகனத்தில் அமர்ந்தாள்.

இருசக்கர வாகனம் திருமண மண்டபத்தின் நுழைவு வாயிலில் வந்து நின்றது. அவன் தன் கைக்கடிகாரத்தை பார்த்து விட்டு, "ஏய், மணிய பாருடி உன்னாலதான் லேட் ஆயிடுச்சு டி" ன்னு மெல்லிய குரலில் உறும்பினான். பின், இருவரும் மெல்ல மண்டபத்தில் நுழைந்து, அங்கே வரிசைபடுத்தப்பட்டிருந்த நாற்காலியில் அமர்ந்தனர். எதிரே மணமேடையில், மணப்பெண்ணும் மணமகனும் சிரித்து பேசிக்கொண்டு அமர்ந்திருக்க, அவரின் அருகில்

அமர்ந்திருந்த ஐயர் அவர்களிடம் ஒரு இளம் பெண் தாம்பூலத்தட்டை நீட்டினாள். அதனை வாங்கிய ஐயர், அதில் இருந்த மாங்கல்யத்தை எடுத்து மணமகனிடம் கொடுக்க. மௌனத்துடனும், பயத்துடனும் மெல்ல அதை வாங்கினான், ஐயர் அவர்கள் தன் வலது கையினை மேல் நோக்கி அசைத்தவுடன், மங்கல வாத்தியம் முழங்க,

புகைப்பட கலைஞர் மிக கூர்மையாக மணப்பெண் மற்றும் மணமகனை படம் பிடித்தார். அதை அவனும், அவளும் மட்டும் இல்லாமல் அங்கிருந்த சிலரும் சுவர்களில் பொருத்தப்பட்டிருந்த தொலைக் காட்சியில் கண்டனர். சிலர் மணமக்களை எழுந்து நின்று அர்ச்சதை தூவி வாழ்த்தினர். அந்த தொலைக்காட்சியில் மணமகளின் கழுத்தில் மணமகன் தாலி கட்டியவுடன், அதை குணிந்தே பார்த்த மணமகளின் கண்களில் கண்ணீர் ததும்ப, அவளின் கருமை பூசிய புருவங்களில் கண்ணீர் வழிந்தது. மணமகன், அருகே இருந்தவரிடம் கைக்குட்டையை வாங்கி மணமகளின் கண்களை துடைத்து, கன்னத்தில் முத்தமிட்டான். இந்நிகழ்வை கண்ட அவன், ஒரு நிமிடம் ஏதோ ஒரு உணர்வை உணர்ந்தான். அவன் அருகே அமர்ந்திருந்த அவள் குணிந்து தன் கழுத்தில் இருந்த தாலியை கண்டாள்.

முதிர்ந்த நெல்மணிகள்

மண்ணை பார்ப்பது

நாணத்தால் அல்ல

நாளை நிகழபோகும்

துயரத்தாலே

சிட்டெறும்பின் வலி

சமயலைறைக்குள் நுழையும் திருட்டு பூனையாய் கணவன் அவன் நுழைந்தான். அடுப்பினில் பால் கொதிக்க, பல மாதங்கள் கழித்து தங்களை காண வந்த செல்வி அக்காவிற்கு தேநீர் தயார் செய்து கொண்டிருந்தாள் மனைவி அவள். செல்வி உறவு முறையில் நாத்தானார் எனினும் அவள் செல்வியை அக்கா என்று தான் அழைப்பாள். நவீன ஆடைகளை அணியும் தன் மனைவியை வீட்டு விழாக்கள் மற்றும் கோவில்களுக்கு செல்கையில் மட்டுமே சேலையினை அணிபவள், தன் அக்கா வந்து இருப்பதனால் இன்று சேலையினை அணிந்திருந்தாள். சேலை அணிந்த சிலையான அவளின் கலையழகை கண்டு, ஓவியத்தை இரசிக்கும் ரசிகனாய் அவன் அவளின் முதுகுக்கு பின்னே நின்றிருந்தான். அவள் சீனி பெட்டியை எடுக்க கரங்களை மேலே தூக்க, சீனி பெட்டிக்குள் உலா வரும் சிட்டெறும்பாய், அவளின் இடையினில் அவனின் விரல்கள் உலா வர, நாணமும் வெட்கமும் கொண்டு அவள் கண்ணத்தை மெல்ல சாய்க்க, அவனின் உதடுகளின் ஈரத்தால் கண்ணத்தில் முத்த மழையை பொழிந்திடவே அவன் ஆசை கொள்ள, இடியின் ஒலியாய் அவள் "ஹா ஹா...." என கத்தினாள். அவளை அவன் கரங்கள் விடுவிக்க, வெளியே அமர்ந்திருந்த செல்வி அக்கா "என்னம்மா ஆச்சு " என கேட்க. "எறும்பு கடிச்சிடிச்சி அக்கா" என அவள் கூற. அவன் மெல் குரலில் ,"என்ன பேபி இந்த சின்ன எறும்புக்கா இப்படி கத்துற" என அவன் கேட்க. அவளோ, "அவங்க அவங்க வலி அவங்களுக்குத்தான் தெரியும். எறும்பு கடிச்சது என்ன தான" என சொல்லி.   "முதல்ல நீ வெளியில

போ, நா டீ எடுத்துட்டு வரன்னு" அவனை சிறு புன்னகையுடன் வெளியே தள்ளி விட்டாள்.

தேநீர் கோப்பையை கரங்களில் வைத்து சுவைத்தவாறே செல்வி அக்கா தன் தம்பியிடம் பேசத் தொடங்கினாள். "என்ன தான்டா நினைச்சிட்டு இருக்க நீ, அம்மா கிட்ட பேசற மாதிரி நினைப்பே இல்லையா" ன்னு சொல்ல, அவன் "ஏன் அக்கா நா இரண்டு முறை நானே போய் பேசுன, அப்பாவது என்கிட்ட தீட்டியாவது பேசனாறு, அம்மா என்னைய பார்க்கவே இல்லை அக்கா" ன்னு முக வருத்தத்துடன் கூறினான். "அதுக்கு தான்டா சொல்லுறன் சீக்கிரம் குழந்தை ஒன்னு பெத்துக்கு, அப்பதான் அம்மா உன்கிட்ட பேச ஆரம்பிப்பாங்க" ன்னு செல்வி அக்கா கூற, அவன் சிரித்த படி அமைதியாய் நின்றிருந்த மனைவியை பார்த்துவிட்டு "ஏன் அக்கா, எங்க ரெண்டு பேரையும் அப்பா அம்மா கிட்டு சேர்த்து வைக்கிற பொருளாக்கா குழந்தை, இங்க பாருங்க எங்க ரெண்டு பேருக்கும் எப்ப குழந்தை வேணும்ன்னு தோனுதோ அப்ப நாங்க குழந்தைய பெத்துப்போம்" ன்னு கூற. செல்வி அக்கா, "ஏன் டா, உன் பொண்டாட்டிக்கு பிரசவத்தில ரொம்ப வலிக்கும்ன்னு நீ வேணாம்ன்னு சொல்லுறியோ?" ன்னு நக்கலுடன் கேட்க. "அப்டின்னே வைச்சிக்கோ அக்கா" ன்னு அவன் சொல்ல. "ஏன்டா நான், அம்மா எல்லாம் குழந்தை பெத்துகலயா, இப்ப நல்லாதான இருக்கோம்" ன்னு பதில் பேச. அவன், "அக்கா உனக்கு அந்த வலி தாங்கும் பக்குவம் இருந்தது, அதனால நீ குழந்தை பெத்துக்குன்ன புரியுதா, அதோட எல்லா புருஷன்கள் மாதிரியும் நானும் திட்டு வாங்க விரும்பலன்னு" சொன்னான். "அது என்னாட

திட்டு" ன்னு செல்வி அக்கா கேட்க. "பிரசவத்தின் போது அனஸ்தீசியா எடுத்துகிட்டு பாதி மயக்கத்தில் நீங்க புருஷன்கள தீட்டுவிங்கிளே, அத சொன்னேன்" ன்னு சொல்ல. செல்வி அக்கா பாதி தேநீர் இருக்கையிலே அந்த கோப்பையை மேசையில் வைத்துவிட்டு "எப்படியோ நீயும், உன் பொண்டாட்டியும் சந்தோஷமா இருந்தா சரி தான்னு" சொல்லிட்டு வெளியே சென்றாள்.

செல்வி அக்கா சென்றவுடன், அவளை அவன் மெல்ல அணைத்தான். அவள், "ஏய் நாம்ப குழந்தை பெத்துகளாமா"ன்னு கேட்க. எங்கிருந்தோ ஒரு குரல் "அம்மா மா..." ன்னு கேட்டது. அவள் "இது, என்ன சத்தம், செல்வி அக்காவுக்கு எதாவது ஆயிடிச்சோ" ன்னு கூற. அவன் "அவங்க அவங்க வலி அவங்களுக்கு தான் தெரியும். புரியுதா"ன்னு அவளை இருக்கி அணைத்தான்.

மறையாத வடு

கவிதா கல்லூரி முடித்துவிட்டு வீட்டினில் சிறகுடைந்த பறவையாய் அடைந்து இருந்தாள். எனினும் அவளது வீட்டின் நபர்கள் அவளை கூட்டில் இருக்கும் பிறந்த குஞ்சு பறவை போல் பாசமாய் பார்த்துக்கொண்டனர். கவிதா வீட்டின் கடைசி பெண் என்பதால் அவளது திருமணத்தை ஊரே வியப்பிக்கும் வகையில் நடத்தவே அவர் தந்தையின் விருப்பம். அதோடு மாப்பிள்ளை தேடும் படலமும் நடந்து வந்தது. இப்படி வீட்டினில் இருந்த கவிதா உணவினை சரியாக உட்கொள்ளாமல் அம்மாவிடம் சண்டையிட்டு பெண் பிள்ளைகளுக்கே உரிதான தாயின் மீது காட்டும் கோபத்தை காட்டுவாள். ஒரு நாள் அவளுக்கு உடல் நலம் சரியில்லாமல் போனது. சாதாரண காய்ச்சல் என எண்ணி தாய் மருந்து அளித்தாள். ஆனால் இரண்டு நாட்களாய் விடாமல் காய்ச்சல் இருந்தது. கவிதாவோ உடல் மெலிந்து சோர்ந்து போனால். இந்நிலையில் அவளது தந்தை மருத்துவமனைக்கு கவிதாவை அழைத்துச் சென்றார். மருத்துவமனையில் அவளை அனுமதி செய்தனர்.

மருத்துவமனையின் வெளியில் தன் மனைவியை கவிதாவின் அப்பா கூடவுச்சொற்களால் வசைப்பாடினார். "நான் அப்போதே சொன்னேன் என் பிள்ளேயை மருத்துவரிடம் அழைத்துச் செல்லலாம் என்று நீதான் சாதாரண காய்ச்சல் இதற்கு எதுக்கு மருத்துவர் என தட்டிக்கழித்துவிட்டாய். இங்கு பார் என் பிள்ளை படுத்து இருக்கும் அவலத்தை பார்"

என தீட்டினார். கவிதா இருக்கும் அறைக்குள் மருத்துவர் ஒருவர் நுழைந்தார். அவர் கவிதாவை பரிசோதனை செய்து உடல் நலத்தை தேற்றி விடுவார் என வெளியில் கவிதா அம்மா நினைத்துக்கொண்டு கண்களில் கண்ணீருடன் அமர்ந்திருந்தாள். கவிதாவை நெருங்கிய அம்மருத்துவர் கவிதாவின் உடலில் தவறான பார்வையில் கைவாத்தார். அவர் தன்னிடம் தவறாக நடந்துகொள்கிறார் என அறிந்தும் அதை கூற இயலாது நிலையில் கவிதா இருந்தாள். ஒரு சில நிமிடங்களில் கவிதா மயக்கம் கொள்ள மருத்துவரின் பாலியல் சீண்டலுக்கு அவளால் எவ்வித எதிர்ப்பும் காட்ட இயலவில்லை.

கவிதா மறுநாள் கண்விழித்தாள் அவளை சுற்றிலும் உறவினர்கள் சூழ்ந்து இருந்தினர். அவளை நலம் விசாரித்தனர். கவிதாவின் மனதில் நேற்று நடந்த தவறான மருத்துவரின் தொடுகையை கூறலாம இல்லை கூறினால் தன்னை தவறாக நினைப்பார்களா என யோசித்து குழம்பி போனாள். நாட்கள் சில உருண்டோடின. கவிதாவிற்க்கு திருமணமும் நிகழ்ந்தது. வருடங்கள் சில சென்றபின் தன் கணவருடன் கவிதா மருத்துவமனைக்கு சென்றாள். மருத்துவரை சந்தித்து பரிசோதித்து விட்டு தன் குழந்தை நலமாக வளர்கிறது என அறிந்து அவளும் அவள் கணவரும் மகிழ்ந்தனர். ஆனால் கவிதா முழுமையாய் மகிழவில்லை ஏனெனில் என்றோ நிகழ்ந்த அந்த பாலியல் சீண்டல் அவளை இன்று வரை நிம்மாதியாய் இருக்கவிடவில்லை. யாரிடமும் அதை கூறாமல் அவள் அக்கசப்பான நினைவுகளை புதைத்து,

தான் இவ்வுலகில் நல்ல மகிழ்வான வாழ்வை வாழ்வதாகவே காட்டிக்கொள்கிறாள்.

கவிதாவை போல் பல மங்கையின் மனதில் மறையாத சில நிகழ்வுகள் புதைந்துள்ளன. அதற்கு இச்சமுதாயம் வெட்கத்துடன் தலை குணிய வேண்டும்.

நிலவின் மறைவில்

சீறி பாயும் வாகனங்கள் இருளில் ஒளிரும் அச்சாலையின் இடதுபுறம் உள்ள பெட்ரோல் பங்கன் ஓரமாய் நின்றிருந்த லாரியின் பின்புறம் தார்பாயால் மூடி இருந்தது. முன்புறத்தில் கருப்பு நிற வேட்டியுடன், காக்கி நிற சட்டையணிந்து, சட்டையில் இரண்டு பட்டன்கள் திறந்தவாறும் வாயினில் சிகரெட் புகை வந்தவாறும் அமர்ந்திருந்தார் டிரைவர் ஆறுமுகம். அவர் தன் சன்னல் வழியாக சாலையின் அந்தப் பக்கத்தை திரும்பி பார்த்தார், அங்கே கால்சட்டை அணிந்தும், பணியன் ஒன்று போட்டுக் கொண்டும் கைகளில் பார்சல் ஒன்று வைத்துக் கொண்டும் சாலையை கடக்க நின்றிருந்தான் துரை. ஆறுமுகம் "டேய் வாடா கைய காட்டிட்டு" என ஆதட்டலாக குரல் கொடுத்தார். துரை விறுவிறு என சாலையை கடந்து லாரியில் ஏறினான். துரை "அண்ணா இந்தாங்க நா சாப்பாடு"ன்னு பார்சலை பிரித்தான். "இது என்னடா சாப்பாடு" ன்னு ஆறுமுகம் கூற, துரை "பரோட்டா னா" ன்னு நக்கலாய் பதில் சொல்ல, "டேய், அது இல்ல டா , இன்னும் பத்து கிலோ மீட்டர் போன தாராபுரம் சாலை டா அங்க கிடைக்கும் பாரு சாப்பாடு அதுல எல்லா பசியும் போயிடும், நீ என்னடா நா இங்கயே பசிக்குதுன்னு கத்துற"ன்னு ஆறுமுகம் பேச. துரை "அண்ணா எங்க சாப்பிட்டாலும் காசுதான கொடுக்கணும், அதுக்கு இங்கே சாப்பிட்டு தூக்கத்தை போட்டுற வேண்டியதான்" ன்னு சொல்ல. ஆறுமுகம் "டேய், உனக்கு கல்யாணம் ஆயிடுச்சா டா" "இல்லனா" "அதான்டா உனக்கு பசி தெரியல"ன்னு ஆறுமுகம் சொல்லிட்டு வேண்டாம் வெறுப்பாய் ஆறுமுகம் படரோட்டாவினை

சாப்பிட்டார். சில நிமிடங்களில் ஆறுமுகம் கைப்பேசி ஒலித்தது. அதில் குமார் ஐயா என்று அழைப்பு வந்தது. ஆறுமுகம் உடனே அழைப்பை எடுத்து "சொல்லுங்க ஐயா"ன்னு பேசினான். அங்கிருந்து குமார் ஐயா, "ஆறுமுகம், வண்டி ஓடிட்டுதான இருக்கு, ஆலர்ட் பண்ணாமா வண்டிய கம்பெனிக்கு எடுத்துட்டு போட, நாளைக்கு காலையில ஆறு மணிக்கெல்லாம் வண்டி அங்க இருக்கனுமா" ன்னு அவர் உரைக்க. "ஐயா, நாளை மதியம் இரண்டு மணிக்கு போன போதும் ன்னு சொன்னிங்களே" ன்னு ஆறுமுகம் கேட்க. "அப்படிதான் சொன்னாங்க இப்ப அவசரம்ன்னு சொல்லுறாங்க டா" ன்னு குமார் பதில் உரைக்க. " சரிங்க ஐயா நா காலையில வண்டிய கம்பெனிக்கு எடுத்து போயி நிறுத்திடுறன்னு" ஆறுமுகம் சொல்ல. "டேய் பாத்து போட"ன்னு குமார் ஐயா கூறி அழைப்பை வைத்தார். "என்னவானா ஒனாருக்கு" ன்னு துரை கேட்க, "ஆன், வண்டிய நிறுத்த குடாதான் காலையில ஆறு மணிக்கெல்லாம் கம்பெனிக்கு போய் சேரனுமா" ன்டா ன்னு ஆறுமுகம் சொல்ல. "அண்ணா நா அப்ப வண்டி ஓட்டடா னா" ன்னு துரை கேட்க. "நீ வண்டி ஓட்டுனா நான அப்புறம் எதுக்கு இருக்குறன்அ"ன்னு ஆறுமுகம் சொல்ல. "இல்ல னா நீங்க கொஞ்சம் குடிச்சு இருக்கிங்க அதான் நா ஓட்டலாம்ன்னு கேட்டன்அ" ன்னு துரை சொல்ல. ஆறுமுகம் "டேய் நாலாம் நாலு பீர் சாப்பிட்டு டே வண்டி ஓட்டுறவன் ஒரு பீர் சாப்பிட்டுட்டு ஓட்ட மாட்டன்னா , கைய கழுவிட்டு வண்டில ஏறு டான்னு" ஆறுமுகம் சொன்னார். துரை கையினை கழுவி விட்டு கவரினை தூக்கி எறிந்து விட்டு லாரியில் ஏறினான். ஆறுமுகம் லாரியினை வேகமாக ஓட்டினார்.

கருமை நிறைந்த இருளில் இருசக்கர வாகனத்தை தள்ளியவாறு நடந்தான் மணி. அவன் அருகே மதியும் நடந்தே வந்தாள். மணியின் கைப்பேசி ஒலித்தது. அதை எடுத்து மணி ," டேய், போன் அடிச்சா எடுக்க மாட்டியா டா என்னு கத்தினான்." அப்புறமிருந்து. "என்னடா பிரச்சினன்னு" கேட்டான் ராமு. "ராமு பைக் பஞ்சர் ஆயிடுச்சி டா, இப்ப தள்ளின்னு வரன்டா" ன்னு மணி சொல்ல. "எந்த இடத்தில டா" ன்னு ராமு கேட்க. "டேய் தாராபுரம் ரோட்டுல டா, அஞ்சு கிலோமீட்டர் உள்ள வந்துட்டேன் டா," ன்னு மணி உரைக்க. " மணி அந்த ரோட்டுல கடையே இருக்காதே டா" ன்னு ராமு கூற. "கடையா ஸ்ட்ரீட் லைட்டே எங்கயோ ஒன்னுதான் டா இருக்கு" ன்னு மணி சொல்ல, "மச்சி நீ அப்படியே வாடா நா மெக்கானிக்க கூட்டிட்டு வரன்டா" ன்னு சொல்லி ராமு அழைப்பை வைத்தான். மணி மீண்டும் வாகனத்தை தள்ளியவாறு நடந்தான். "உன்ன நம்பி வந்தன் பாரு என்னைய சொல்லனும்" ன்னு மதி புலம்பினாள். "என்னடி உனக்கு பிரச்சினை நானாடி வண்டி டயர பஞ்சர் பண்ணிவிட்டு டு உன்னைய நடக்க வைச்சுக்குன்னு நானும் இத தள்ளின்னு வர்னும்ன்னு எனக்கு மட்டும் என்ன ஆசையா சொல்லு, புரிஞ்சுக்கிடி" மணி சொன்னான். "எங்க வீட்டுல இப்ப என்ன சொல்லுவாங்களோ என்னைய" ன்னு மதி புலம்ப. "மதி உன்னய நான்தானா கல்யாணம் பண்ண போறேன் அதலாம் ஒன்னும் சொல்லமாட்டாங்க உங்க வீட்டுல மாமா கிட்ட நா பேசுறன்னு" மணி சொன்னான். பின் இருவரும் மௌனமாய் சில நிமிடங்கள் நடந்தனர். அங்கு தீடிரென்று சாலையில் ஓரமாய் நின்றிருந்த திருநங்கைகளில் ஒருவர் மணிமுன் வந்தார். அவர் மணியையும் மதியையும் பார்த்தார். மணியின்

தலையினில் கை வைத்து "தம்பி நீ நல்லா இருக்கணும்ன்னு வாழ்த்தினார்". மணி தன் சட்டை பாக்கெட்டில் இருந்த இருபது ரூபாய் நோட்டு ஒன்றினை கொடுத்தான். அதை வாங்கி திரும்பிய அவர்களை. மதி உடனே "அக்கா, நில்லுங்கன்னு" சொல்லி தன் கைப்பையில் வைத்திருந்த இரண்டு மீன்பன்னை எடுத்து, "அக்கா நீங்க எத்தனை பேரு இருக்கிறிங்க ன்னு தெரியாது, என்கிட்ட இரண்டு பன் இருக்கு நீங்க எல்லாரும் சேர் பண்ணி சாப்பிடுங்கன்னு" கொடுத்தாள். அத்திருநங்கை அதை வாங்கி கொண்டு "இந்த பக்கம் போறவங்க எல்லாம் எங்கள பாத்தா படுக்கறதுக்கு தான் குப்பிடுவாங்க ஆனா அவங்க யாருக்கும் தெரியாது எங்களுக்கும் பசிக்கும்ன்னு, நீ கொடுத்த இந்த உணவே போதும் மா நிலா வெளிச்சத்துல மறைஞ்சி வாழும் எங்களையும் மதிக்க நீங்க நிறைய பேர் இருக்கிங்க ன்னு தெரியுது. நீ இவனோட நல்ல ராணியா வாழணும் மான்னு" வாழ்த்தி விட்டு சென்றாங்க. மதி அவங்க செல்வதை பார்த்து கொண்டே நடந்தாள். மணி வாகனத்தை தள்ளிக்கொண்டு வந்ததால் அவன் நெற்றியில் வியர்வை வழிந்தது. அதை பார்த்த மதி தன் துப்பட்டாவால் அதை துடைத்தாள், மணி மெல்ல மதியினை பார்த்தான். உடனே அவள் முக்ததினை திருப்பி கொண்டு நடந்தாள். அமைதி நிறைந்த இடத்தில் எங்கிருந்தோ பூச்சிகளின் சத்தம் கேட்டது மதி பயத்தில் மணியின் கைகளை இருக பற்றிக் கொண்டாள். பின் இருவரும் நடந்து செல்ல ஒரு வளைவு பகுயில் வேகமாய் திரும்பிய லாரி மணியையும் அவன் வாகனத்தையும் இடித்து சென்றது. மதி என்ன நிகழ்ந்தென்று அறிவதற்குள் மணி விழுந்த இடத்தில் இரத்தம் வெள்ளமாய்

வழிந்தொடியது. மதி மணியினை தூக்கி மடியில் வைத்து கதறி அழுதாள்.

லாரியில் இருந்த துரை, "அண்ணா, என்ன நா இடிச்சிட்டு வந்துட்டே இருக்கிறிங்க." ன்னு கேட்க. "டேய் என்ன பண்ண சொல்லற நா யாரும் இருக்க மாட்டாங்கன்னு வேகமாக வந்த அவன் கெட்ட நேரம் என் லாரியில வந்து விழுந்து டான்னு." ஆறுமுகம் சொல்ல. "அண்ணா நிறுத்தி பாத்துட்டாவது வந்து இருக்கலாம் னா" ன்னு துரை சொல்ல. "ரொம்ப பில் பண்ணாத, இப்ப இங்க எதுவுமே நடக்கல புரிதா."ன்னு ஆறுமுகம் கூறினார்.

கதறி அழுத மதி " மணி எந்திரின்னு சொல்லி அழுதாள்". அங்கு வண்டியில் வந்த ராமு மதியினை பார்த்து விட்டு வண்டியை நிறுத்தி இறங்கினான். இரத்தத்தின் நடுவில் மணியினை பார்த்தவுடன் ராமுவும் அழுதான். ராமுடன் வந்த மெக்கானிக் அண்ணன் "ராமு, உடனே தூக்கிட்டு வண்டில உட்கார வைச்சிக்கின்னு இந்த பொண்ண புடிக்க சொல்லி மெயின் ரோடு போ டா. நான் பசங்கிட்ட போன் பண்ணி சொல்லறேன் கார் எடுத்துட்டு வருவானுவ ஆஸ்பிட்டுலுக்கு குட்டிட்டு போ டா. அழுதா சரிஆயிடுமா எழுந்துறுன்னு சொன்னார். "ராமுவும் மெக்கானிக்கும் மணியினை தூக்கி வண்டியில் உட்காரவைத்து மதி பிடுத்து கொண்டு வண்டியில் சென்றாள்.

மெக்கானிக் இரத்தம் நிறைந்த கைகளை பார்த்துவிட்டு தனது ஸ்பேனர் பாக்ஸினை எடுத்தார்.

ஆள் பாதி ஆடை பாதி

அன்று வழக்கத்திற்கு மாறாக பிரியாவின் வீட்டில் ஆட்களின் நடமாட்டம் அதிகமாய் இருந்தது. தன் தாயின் சத்தம் மட்டுமே அதிகமாய் கேட்கும் வீட்டில் இன்று பல குரல்களின் சத்தம் கேட்டது. பிரியாவிர்க்கு பெயர் தெரியா சொந்தங்களும் அவள் முன் முகம் தெரிய பேசி சிரிக்கிறார்கள். அவள் தாயின் சகோதரர் பிரியாவிற்கு தாய் மாமன் என்பதால் சீர்வரிசைகளுடன் நுழைந்தான் பிரியாவின் வீட்டிற்குள். பிரியா பிறந்து வளர்ந்ததெல்லாம் நகரத்தில் தான் என்றாலும் அவள் தாய் மாமன் தன் கடமை என நூற்றுஎட்டு சீர்வரிசையினை கொண்டு வந்து ஒரு கிராமத்து வீட்டு விழாவாக மாற்றினார். அதிகாலையில் குளத்தினில் இலைகளின் நடுவே மலர்ந்திருக்கும் ஒரு தாமரை போல் வீட்டின் சீர்வரிசை தட்டுகளின் நடுவே புதிதாய் மலர்ந்த மலராய் அமர்ந்திருந்தாள் பிரியா. அவளின் அருகே நின்று இருந்தாள் அவளின் தங்கை மதி. அங்கு குடியிருந்த பெண்கள் அனைவரும் பிரியாவிர்க்கு மஞ்சள் இட்டு மனம் மகிழ்ந்து வாழ்த்தினர். இது ஒருபுறம் இனிதாய் நடைபெற, மறுபுறம் பிரியாவின் தந்தை வருகை தந்த அனைவருக்கும் வயிறு நிறைய வாழையிலையில் உணவினை பறிமாறினார். சிறிது நேரம் கழிந்து போக வீட்டு விழாவில் வந்த அனைவரும் மெல்ல கிளம்பி சென்றனர். மீண்டும் பிரியாவின் வீடு வழக்கம் போல் மாறியது.

காலையில் எழுந்த பிரியாவின் தாய் தன் மகள்கள் பள்ளி செல்ல மதிய உணவினை தயார் செய்து வைத்து, தன் கணவருக்கு உணவினை

பறிமாறி அவரை அலுவலகத்திற்கு அனுப்பி வைத்தாள். உடனே தன் மகள்கள் இருவரும் பள்ளிக்கு புறப்பட்டு சென்றார்கள். தனிமையில் பிரியாவின் தாய் பெரும்பான்மையான இல்லத்தரசிகள் போல் தொலைக்காட்சியின் முன்னே இருப்பார். மதிய உணவு உண்ட பின் குட்டி உறக்கத்திற்கு பிறகு தன் மகள்களுக்கு நொறுக்குத் தீணியை தயார் செய்து வைப்பாள்.

பிரியாவின் தந்தை அலுவலகம் முடிந்து வருகையில் "மணி இங்க வாப்பா" என்று அவருடன் பணிபுரியும் தோழர் ஒருவர் அழைக்க, பிரியாவின் தந்தை மணி அலுவலக தோழர்கள் நின்றிருந்த டீ கடையின் பக்கம் தன் இருசக்கர வாகனத்தை திருப்பினார். "என்ன அண்ணா குப்பிட்டிங்க" என்று மணி கேட்க. மணியின் தோழர் "டீ சாப்பிட குப்பிட்டம்பா" ன்னு கூற, மணி "வீட்டுல போய் டீ குடிக்கணும் அண்ணா" என்று சொல்ல "அது இல்ல மணி என்ன போகும் போது என் வீட்டுல விட்டுட்டு போயிடு பா, என் வண்டிய என் மகன் கல்லூரிக்கு எடுத்துட்டு போயிட்டான்" "அதுக்காக என்ன அண்ணா நா கூட்டிட்டு போறேன் அண்ணா" என மணி கூற அவரோ "கொஞ்சம் பொறு மணி டீ குடிச்சிட்டு வந்துடுறன்அ"ன்னு சொல்ல" சரி அண்ணா" ன்னு மணி கூறிவிட்டு அங்கிருந்த மாலை மலர் செய்தி தாள்களினை வாசித்தான்.

சிறிது நேரத்தில் அச்சாலை ஓரமாக மூன்று இளம்பெண்கள் பேசி சிரித்து நடந்து செல்ல அவர்களின் அருகே ஒரு புதிய வகை இருசக்கர வாகனம் வந்து நின்றது. டீ கடையில் நின்று இருந்தவர்களில் எவருக்கும் அந்த வாகனம் பெயர்கூட தெரியாது. மூன்று பெண்களில் ஒருவர்

நின்ற அந்த வண்டியில் ஏறி அமர்ந்து கொண்டு தன்னுடன் வந்த தோழிகளிடம் "ஏய், எங்க அம்மா கேட்டாங்கனா மாலதி வீட்டுக்கு போயிருக்கன்னு சொல்லுடி" என சொல்லிய பின் அந்த வாகனம் சாலையில் பறந்து சென்றது. இங்கு நின்றிருந்தவர்களில் வயதில் மூத்தவர் ஒருவர் "பாத்திங்களாப்பா இந்த காலத்து பொட்டகழுதைங்கள எவ்வளவு துணிச்சலா ஒரு ஆம்பள பையன் வண்டில போகுது" என உரைக்க அதற்கு ஒருவர் "ஐயா, இந்த காலத்தில இது எல்லாம் சாதரணம் அந்த பொண்ணுக்கு அவன் நண்பன கூட இருக்கலாம் லா" ன்னு சொல்ல அப்பெரியவர் "அது சரி" ன்னு சொல்லிட்டு கிளம்பினார்.

இருசக்கர வாகனத்தில் மணியும் அவரின் தோழரும் செல்கையில், என்னடா மணி "நீ கூட ரெண்டு பொண்ணதான பெத்து வச்சிகிற" ஒழுங்கா வளத்துருடா. அப்புறம் இந்த மாதிரி யாராவது பேசற மாதிரி ஆக போகுது" ன்னு சொல்ல, மணி "அண்ணா என்ன பேசிறிங்க, இப்ப வண்டில வந்து ஏத்திக்கிட்டு போனது ஏன்னா உங்க பையன்னா இருக்க கூடாத? பொண்ண இருந்தாலும் ஆணா இருந்தாலும் பெத்தவங்க ஒழுங்கா தான வளப்பாங்க, பசங்க தெரியாம புரியாம செய்யறது தான தப்பு, அண்ணா இப்படி பேசறன்னு தப்பா எடுத்துக்காதிங்க னா" ன்னு மணி கூற, "அதெல்லாம் ஒன்னும் இல்லடா" ன்னு அவர் சொல்ல இறங்குமிடம் வந்தவுடன் இறங்கினார்.

மணி தன் வீட்டின் முன் வாகனத்தை நிறுத்திவிட்டு உள்ளே நுழைந்தார், தன் இரு மகள்களும் தொலைக்காட்சி முன் அமர்ந்து நிகழ்ச்சிகளை பார்த்து கொண்டிருப்பதை பார்த்து

விட்டு ஒரு நிமிடம் தன் தோழர் கூறியதை நினைத்தார். பின் அவர் அறையினுள் நுழைந்தார். அன்று இரவில் மணிக்கு தன் மகளின் வயதை நினைத்து உறக்கம் வரவில்லை. பிரியாவிர்க்கு இதனால் வரை தன் அப்பா எப்போதும் இரவு உணவு உண்ட பின் நம்மோடு அமர்ந்து பேசுவது வழக்கம். இன்று ஏனோ அவர் மௌனமாய் போனதற்கு காரணம் எண்ணி குழம்பி போய் உறக்கத்தை தொலைத்தாள். இப்படியே அப்பா தன் மகள் வளர்ந்துவிட்டால் இனி அவளுடன் ஓர் இடைவெளி வேண்டும் என எண்ணி விலகி நடக்க, பிரியாவும் தன் அப்பா எதையோ நம்மிடம் சொல்ல தயங்குகிறார் என நினைத்து கொள்ள, மாதங்கள் சில உருண்டோடின. பிரியா பத்தாம் வகுப்பு பொதுத்தேர்வு எழுதி முடித்து விட்டு தேர்வு முடிவுகளுக்கு காத்திருந்தாள்.

சிவப்பு விளக்கு எரிவதால் அலுவலகத்திலிருந்து வந்த மணி வாகனத்தை நிறுத்தி நின்றிருந்தார். அவர் தன் இடப்பக்கம் திரும்ப அங்கு சில இளம்பெண்கள் அழகிய ஆடை அணிந்து நின்றுஇருந்தார்கள். அதில் ஒரு பெண்ணின் உடை, அவளின் உடலின் சில பகுதிகள் தெரியும் அளவிற்கு இருந்தது. வாகனத்தை எடுக்க முற்படும் போது அக்கூட்டத்தில் தன்மகள் பிரியா இருப்பதையும் கண்டு அதிர்ந்து போனார் மணி. பின் வீட்டிற்கு சென்ற மணி, ஆழ்ந்த யோசனையில் அமர்ந்திருந்தார். தன் மனைவியிடம் பிரியா எங்க என்று கேட்டார். "பிரியா அவளோட படித்த கனிக்கு பிறந்தநாள் விழா அவங்க வீட்டுல நடக்குதுன்னு போயிருக்கா ஏன் கேட்கிறிங்க" ன்னு பிரியாவின்

தாய் கேட்க "அதெல்லாம் ஒன்னும் இல்ல சும்மாதான் கேட்ட" ன்னு மணி கூறினார்.

மணியின் மனதில் தன் மகள் நின்றிருந்த கூட்டத்தில் ஒரு பெண் அணிந்திருந்த உடையை தன் மகளும் அணிந்து கொள்ள கேட்பாலோ என எண்ணி குழம்பி போனார். இதுபோல் உடைகளை அணிய கூடாது என தன் மகளிடம் எப்படி கூறுவது என யோசித்து கொண்டு இருந்தார். இரவில் உணவு உண்ட பின் தன் இளைய மகள் மதி அப்பா இங்க வாங்கன்னு கூப்பிட்டு, "அப்பா நீங்க எனக்கு கதை சொல்லியே நிறைய நாள் ஆகுது எனக்கு இன்னக்கி கதை சொல்லுங்க அப்பான்னு" கேட்டாள். மணியோ கதையா நான் சொல்லுறேன்னு சொல்லி பிரியாவையும் அழைத்து அமர செய்தார்.

ஒரு ஊருல இரண்டு நண்பர்கள் இருந்தாங்க. அதுல முதல் நண்பன், நான் என்னுடைய உயிரை பணையம் வைத்து சுரங்கத்தில் வேலை செய்யுறன் அப்ப நான் தான் பெரிய தொழிலாளி என கூறினான். அதற்கு இரண்டாவது நண்பன், நான் கடலுக்கு அடியில் என் மூச்சையையே அடக்கி மூழ்கி முத்து எடுக்குறன்அ அதனால நான் தான் பெரிய தொழிலாளி என கூறினான். இவர்கள் பேசுவதை கேட்ட ஒருவர் தொழிலாளிகளே நீங்க இருவரும் சிறந்த தொழிலாளி தான். ஆனால் உங்களைவிட பெரிய தொழிலாளி அந்த இறைவன். எப்படினா நீங்க இவ்வளவு கஷ்டப்பட்டு உழைத்து எடுக்கும் தங்கம், முத்து இவ்விரண்டின் மதிப்பும் பயனும் அறிந்து அதை இவ்வளவு அழகாயும் பாதுகாப்பாகவும் வைத்த அவ் இறைவன் தான் பெரிய தொழிலாளி என அவர் கூறினார். தங்கத்தை போல்தான் பெண்களின் உடலமைப்பு அதை

கவனகுறைவால் அணியும் ஆடையால் பாதுகாப்பை இழந்துவிட கூடாது. பாதுக்காப்பின்றி இருக்கும் தங்கமும் முத்தும் கயவர்களின் கையால் களவாடப்பட நேரிடும் என கூறி மகளே புரிகிறாதா என கேட்டார்.

பிரியா, "அப்பா நீங்க நினைக்கிற மாதிரி நான் தப்பு எதுவும் செய்ய மாட்டேன் அப்பா நான் உங்களின் செல்ல குட்டி பொண்ணு" பான்னு சொல்ல, மணி "நீ எப்பவும் என்னோட செல்லக்குட்டி பொண்ணுதாம்மா, நீ உனக்கு புடிச்ச மாதிரி இரு நான் உன்ன என் மகளா தான்அ பார்ப்பன்அ ஆனா வெளியில நீ போன ஒரு பெண் என்பது நினைவில் இருக்கட்டும்" ன்னு கூற, "சரி பா நீங்க எப்பவும் என்கிட்ட இப்படியே பேசுங்கன்னு" பிரியா சொல்ல, மணி சிரித்து கொண்டே பிரியாவை ஆற தழுவினார். மதி "அப்பா, அம்மா பூஜை செய்யும் இறைவனும் உங்கள மாதிரி ஒரு தொழிலாளி" தான என கேட்டாள். அதற்கு பிரியா சிரிக்க மணி கூறினார் "ஆமா அவர்தான் முதல் தொழிலாளி கூடவே பெரிய தொழிலாளி" என சொல்லி மதியிற்க்கு அன்பு முத்தம் இட்டு அணைத்து கொண்டார்.

2. கற்பென்பது யாது

முன்னுரை

கற்புக்கரசி என்னும் கண்ணகியின் கணவன் சில காலங்கள் மாதவியின் உடன் வாழ்ந்து விட்டே கண்ணகியிடம் வாழ வந்தான். அவனை கண்ணகி அன்று ஏற்றுக்கொண்டதாகவே நாம் அறிந்திருப்போம். அப்படியானால் கண்ணகியின் கற்பு அங்கே கேள்விக்குள்ளாகும் என வாதிடும் சமூகம் இது. ஆதலால் இந்த கேள்விக்கான பதிலை கூறுவது அல்ல இந்த சிறுகதைகளின் தொகுப்பு. அது வரலாறு அதன் பிழைகளை திருத்த இயலாது. ஆனால் நாளை வரலாற்றில் இடம்பிடிக்க போராடும் ஒரு இளைஞனின் பிழைகளை திருத்த வாசகர்களே உங்களால் இயலும். முழுதும் வாசியுங்கள் பிழையென கருதினால் பொறுத்துக் கொள்ளுங்கள்.

இதில் உள்ள ஐந்து சிறுகதைகளிலும் வரும் பெண்களின் கதாபாத்திரம் இன்றைய சமுதாயத்தில் வாழும் சில பெண்களின் சாயலை நிச்சயம் எடுத்துரைக்கும். அதோடு கற்புக்கான வரையறை காலம் காலமாக கூறப்படும் வரையறையில் இருந்து இந்த சிறுகதைகளை வாசித்த பின் நிச்சயம் நீங்கள் மாற்றிக்கொள்வீர்கள். அதோடு காமம் ஓர் உணர்வே தவிர அதுவே முழு வாழ்வும் அல்ல என்பதையும் இதனை வாசிக்கும் அனைவரும் உணர்வீர்கள் என நம்புகிறேன்.

1. தனிமை பெண்
2. காதலுக்குள் ஒரு காதல்
3. திருட்டு காமம்
4. தேகத்தின் தாகம்
5. சொல்ல மறந்த காதல்

தனிமை பெண்

வானத்தை முட்டும் அளவுக்கு பரமபத ஆட்டத்தில் வரும் ஏணி போல் காட்சியளிக்கும் நட்சத்திர விடுதி ஒன்றில் அறை எண் 22ன் கதவு உள்புறமாக தாழ்ப்பாள் இடப்பட்டிருந்தது. அதனுள் நீல நிற முழு கை சட்டையை அணிந்த இளைஞன் ஒருவன் மேசையின் மீது இருந்த மடிக்கணினி முன் குணிந்தவாறு எதையோ செய்து கொண்டிருந்தான். அவன் சில நொடிகளில் மடிக்கணினியிடம் விடைப்பெற்று எழுந்து நின்றவாறு யாருக்கோ காத்திருந்தான். அந்த அறையினுள் உள்ள ஒரு சிறு மரகதவு மெல்ல திறக்க , அதனுள் இருந்து அதிகமான உடல் பருமன் கொண்ட ஒரு அறுபது வயதுள்ளவர் மேல் சட்டை ஏதுமின்றி இடுப்பினில் நீளமான ஒரு துண்டினை அணிந்தவாறு இவனை நோக்கி நடந்து வந்தார். அவர் நடந்து வருவதை பார்த்து அவருக்கு தன் கரங்களால் நாகரீக வணக்கத்தை வைத்தான் இளைஞன். அவர் அதை பெரிதும் பொருட்படுத்தாமல் அங்கிருந்த கட்டிலின் மெத்தையில் அமர்ந்தார். "என்னடா, கார்த்தி எல்லாம் ஓகே வா" என கேட்க. கார்த்தி அவரை நோக்கி "சார், எல்லா வோர்க்கும் ஓவர் சார். நீங்க ஒன் டைம் பார்த்துடுங்க சார்." என கூறி மடிக்கணினி முன் சென்றான். அவர் "நோ, கார்த்தி. இப்ப வேற வோர்க் இருக்குது." என்று கூற அவரின் கைப்பேசி ஒலித்தது. அதில் வோய்வ் என்ற பெயர் கைப்பேசியின் முன் தெரிந்திட. அவர் அதை எடுத்து பேசினார். அவர் பேசியது பின்வருமாறு இருந்தது. "சொல்லு மா, நான கம்பெனி ப்ரொஜக்ட் விஷியமா ஹோட்டல இருக்கன், வீட்டுக்கு வர கொஞ்சம் லேட் ஆகுமா, கூட நம்ப டிசைன் இன்சினியர் கார்த்தியும்

தான் இருக்கான். ஓகே வா. நா அப்புறமா கால் பன்றன். பாய்" என்றவாறு அந்த அழைப்பை ஒரு விதமாக முடித்தார். பின் கார்த்தியை நோக்கி அவர். "டேய் என் வோய்ப் கால் பண்ண என் கூட மீட்டிங்ல இருக்கனு சொல்லு ஓகே வா". "ஓகே சார்". சில்லறை காசுகளை தரையில் கொட்டியது போல் ரிங் என்ற ஒலி சில நொடிகள் ஒலித்தது. அந்த ஒலி அவரின் கைப்பேசியில் வந்ததால், அதை அவர் பார்த்தார். அது ஒரு குறுஞ்செய்திக்கான அறிவிப்பு ஓசை. அதை பார்த்த அவர் "கார்த்தி, நீ வெளியில போய்ட் ஒரு ஒன்னவர் கழிச்சு வா ஓகே வா" என்றார். அவன் தலை அசைத்தவாறு தன் மடிக்கணினியை எடுக்க சென்றான். "கார்த்தி அத ஏன் எடுக்குற, அப்புறமா வந்து பிளே பன்னி காட்டு டா". என்றவாறு கூற. "டிக் டிக்" என்று கதவினை வெளிப்புறம் இருந்து விரல்களால் தட்டும் சத்தம் கேட்டது. அவர் "கார்த்தி டோர்ர ஓப்பன் பன்னிட்டு போடா" என்று சொல்ல. அவன் கதவினை திறந்தான். அவன் முகம் வியப்பில் ஆழ்ந்து போனது.

கார்மேகங்களினின் வண்ணத்தை கண் புருவத்திற்கு வாங்கி மெருகேற்றியும், செவ்வந்தி மலர் இதழின் சாயத்தினை சிறிது உதடுகளில் பூசியும், கடலைமாவினை முகத்தில் ஒத்திக்கொண்டது போல் அழகுசாதன பொருட்களை கன்னங்களில் மிளிரவும் வைத்திருந்தாள் ஒரு இளம் பெண். பச்சைநிற பட்டையில் வெள்ளைநிற சேலையையும், சிவப்பு நிற ப்ளவுஸூம் அணிந்துக்கொண்டு தோள்களில் ஒரு கைப்பையினை அணிந்திருந்தாள். இந்த இளம்பெண் அந்த அறையின் கதவினை திறந்து உள்ளே நுழைந்தாள். அவள் கார்த்தியின்

முகத்தினை பார்த்தாளா என்பது கூட தெரியவில்லை. ஆனால் கார்த்தியோ அந்த பெண்ணின் முகத்தினை பார்த்துவிட்டு வியந்து போனான். அதோடு அவள் அறையினுள் உள்ளே சென்று கதவினை தாழ்ப்பால் இட்டவுடன் ஆச்சிரியமும் கொண்டான். சில நிமிடங்கள் கதவின் வெளிப்புறம் நின்றிருந்த கார்த்தி. கதவின் துளை வழியாக விழிகளை அறையினுள் செலுத்தினான். அதில் தெரிந்தவை அந்த அறுபது வயதுள்ள நபர் அணிந்திருந்த துண்டினை விலக்கியும், அந்த இளம் பெண்ணின் முகம் அவர் இடுப்பின் அருகே முன்னும் பின்னும் சென்றது. அதோடு அந்த பெண்ணின் ஆடைகள் அறை நிர்வாண நிலையிலும் இருந்தது.

இதனை கண்ட கார்த்தி, தான் கல்லூரி படிக்கையில் காதலித்த தேவி தான் இதுபோன்ற செயலில் இடுபடுகிறாளா என்று இறைவனிடம் வினாவி கொண்டான். அதோடு அன்று கல்லூரி வாழ்க்கையில் இளமையின் இச்சாத்தால் அவளை காதலிப்பவன் என்ற கர்வத்தாலும் அவன் இரசித்த தேங்காய் போன்ற இருக்கமான அவளின் மார்பகம். இன்றெனோ தூக்கனாங்குருவி கூடு போல் தளர்ந்து இருப்பதை கண்டும் கலங்கமடைந்தான். அவள் மீதான காதலா? இல்லை காமமா? இரண்டில் ஏதோ ஒன்றால் அவன் விழிகளில் கண்ணீர் ததும்பியது. மீண்டும் அவன் விழிகளின் வழியாக அறையினுள் சென்றான். இப்போது அந்த இளம் பெண் தனது ஆடைகளை சரிசெய்து கொண்டிருக்க. அந்த அறுபது வயதான நபர் தாம் என்ன செயல் செய்கிறோம் என்று தெரியாமலே அந்த பெண்ணின் உடற் பாகங்களில் கரங்களை உலாவ விட்டிருந்தார். தவளையின் சத்தம் போல் ஒலி எழும்ப கார்த்தி தன்

பாக்கெட்டில் இருந்த கைப்பேசியினை எடுத்தான் அதில் மேடம் என்று வந்தது. அந்த அழைப்பினை எடுக்காமல் துண்டித்தான். அதோடு அந்த சுவரில் ஒரு பல்லியாய் ஒட்டிக்கொண்டு உயிரற்றவனாய் உணர்வற்று போய் இருந்தான்.

அறையின் கதவு திறந்திட, தேவி கார்த்தியினை பார்த்தாள். அவள் விழிகளின் நதியில் வழிந்த வெள்ளத்தினால் அவள் மார்பினில் அணிந்திருந்த கச்சையும் நனைந்தது. அதோடு அவள் உடலினுள் தோன்றிய உணர்விற்கு பெயர் ஏதும் இல்லாதது போல் அவள் ஓடிவந்து அவனை இறுக்கி அணைத்துக் கொண்டாள். அவனின் மார்பினில் முகம் புதைத்து அழுத அவளை, அவனின் இரும்பு கரங்கள் அவளின் பளிங்கு கல்லான முதுகினை நொறுக்கியது. தீடிரென அவளினுள் தோன்றிய உணர்வு என்ன கூறியது என்று தெரியவில்லை. அவனை உதரி தள்ளிவிட்டு அவள் விம்மி அழுதபடியே ஓட்டம் எடுத்தாள். அவனும் என் செய்கிறோம் என்று அறியாமல் அவள் பின்னே சென்றான். அந்த நட்சத்திர விடுதியின் லிப்ட் எனப்படும் நவீன இயந்திரத்தின் உதவியால் இராண்டம் தளத்திலிருந்து முதல் தளத்திற்கு இறங்கினாள். அவனும் படிகளின் உதவியால் கீழ் இறங்கினான். அவள் அந்த விடுதியின் வாசலின் ஓரத்தில் நின்றிருந்த ஆட்டோ ஒன்றில் ஏறினாள். அவனும் வேறொரு ஆட்டோவில் அமர்ந்து கொண்டு அவளை பின் தொடர்ந்தான்.

அவள் ஏறிய ஆட்டோ ஒரு எளிய குடியிருப்பிற்குள் நுழைந்தது. அந்த ஆட்டோ பரமபத ஆட்டத்தின் பகடைகளின் அளவில் உள்ள ஒரு வீட்டின் முன் நின்றது. அவள் இறங்கி அந்த வீட்டிற்குள்

நுழைந்தாள். அவன் சில வினாடிகளில் அவளை பின் தொடர்ந்து அந்த வீட்டிற்குள் நுழைந்தான். ஒரு முதியவர் "யாரது" என்ற வார்த்தை கேட்டுக்கொண்டே தன் கண்ணாடியை சரி செய்தார். உள்ளிருந்து அவள் "அப்பா, அது கூட படிச்சவரு பா" என்றாள். "ஓ, அப்பிடியா தம்பிய உட்கார வைச்சி டீ, காபி கொடுமா தேவி" என்றார். தேவி உள்ளிருந்து ஒரு நாற்காலியினை வரந்தாவில் எடுத்து போட்டு சைகையால் அவனை அமர சொன்னாள். அவள் ஒரு அறையினுள் நுழைந்தாள், அவன் அந்த இருக்கையில் அமர்ந்தபடியே வீட்டினை சுற்றிலும் பார்த்தான். ஒரு நவீன எல்.இ.டி டிவி ஒன்று இருந்தது. அதன் அருகில் தேவியும் ஒரு பெண்குழந்தையும் உள்ள ஒரு புகைப்படம் ஒன்று கண்ணாடிக்குள் அடைக்கப்பட்டு இருந்தது. சற்று மேலே ஒரு ஆணியில் கருப்பு நிறத்தில் ஒரு பெண்ணின் புகைப்படம் மாட்டப்பட்டு இருந்தது. அதில் மஞ்சள் சிவப்பு பொட்டும் வைக்கப்பட்டு இருந்தது.

ஒரு பெண் குழந்தை வீட்டிற்குள் "அம்மா" என்று அழைத்தவாறு ஓடி வந்தாள். அந்த சிறு பெண் கார்த்தியை பார்த்தவுடன் "நீங்க அம்மாவ வெளியில கூட்டிட்டு போக வந்து இருக்கீங்களா" என்று கேட்டாள். அவன் இல்லையென தலையினை திருப்பி பதில் உரைத்தான். அந்த சிறு பெண் "நீங்க யார்" என்ற கேள்வியை எழுப்பியது. அதற்கு அவன் பதில் கூறாமல் மௌனம் காத்தான். அறையின் கதவு திறக்கப்பட்டு, நீல நிற சேலையை அணிந்து கொண்டு, முகத்தினில் எந்த வித அழகு பொருளும் இல்லாத வகையில் சுத்தம் செய்து இயற்கையான அம்மலர் முகத்தில் மகரந்தம் போல் ஒரு சிறு கருப்பு

பொட்டும், அதன் கீழ் மெல்லிய அளவில் திருநீறும் இட்டிருந்தாள். "ஏய், மனு வீட்டுக்கு வந்து இருக்குறவங்க கிட்ட என்ன பேசுற, உள்ள போய் ஹோம் வோர்க் பண்ணு" என்று அதட்டிய குரலில் பேசினால் தேவி. மனுவும் அறையினுள் நுழைந்தால். கார்த்தியை பார்த்து ,"என்ன கார்த்தி என்ன சாப்புற" என்று கேட்டாள். அவன் "இல்ல எதுவும் வேணாம்" என கார்த்தி கூற. தேவி, "எதுவும் வேணாம் னா இவ்வளவு தூரம் பின்னாலே வந்து இருக்கே. அது எதுக்குனு தெரிஞ்சிக்கலாம." என கேட்டாள். அவன் , "இல்ல. என்ன ஆச்சு. நீ ஏன் இப்படி இருக்க." என்று கேட்டான். அவள் " இப்படி அசிங்கமாவா, இல்ல இப்படி சந்தோசமா இருக்குறது கேட்கிறியா" என்று கேட்டாள். அவன், "இல்ல உனக்கு மேரேஜ் லைவ் எப்படி இருக்குனு கேட்டேன்". அவள் சிரித்தவாறே "நீ தான் காலோஜ்ல கவிதையெல்லாம் எழுதுவல, ஒரு உண்மை கதையை உவமையா சொல்லுறன் கேளு" என்றாள்.

"ஒரு வீட்டுல பசு மாடு ஒன்னு ஆசைய வளர்த்தாங்களாம். பசுவுக்கு என்ன புடிக்கும்னு கேட்காம, வளர்த்தவங்க பசுவுக்கு நல்லது செய்யுறத நினைச்சு ஒரு காளை மாட்டுக்குட அனுப்பி வைச்சாங்களாம். அந்த காளமாட்டோட பசிக்கு இந்த பசு மாடு போதது்ன்னா வேற ஒரு பசு மாட்ட தேடி கொன்சநாளுக்குள்ளே வெளியூருக்கு போயிடிச்சான். வேற வழி தெரியாம பசு மாடு வளர்த்தவங்க வீட்டுக்கே வந்துச்சான். பசு மாடு இப்ப குட்டி ஒன்ன குட்டிக்கிட்டு கறவை மாட உருமாறி வந்துதான். இத இனி எப்படி வளர்க்க போறோம்னு வளர்த்தவங்கள ஒருத்தவங்க செத்து போயிட்டாங்களாம். பசுவுக்கும், அது போட்ட

குட்டிக்கும், அதோட இரண்டத்தையும் பாத்துக்குற ஒருத்தருக்கும் என எல்லாருக்கும் வயிறு ஒன்னு இருக்க, அது தன்னோட வேலைய அழகா செய்ய ஆரம்பிச்சது. 'பசி பசி' என்ன பன்றதுன்னே தெரியில பசுமாட்டுக்கு. பசுமாடு இப்ப கறவை மாட இருக்குறத புரிஞ்சிக்கிட்டு வெளியில மேச்சலுக்கு போச்சான். மேச்சலுக்கு போன இடத்தில எல்லாம் நிலத்துக்காறங்களும், மேச்சல் முடிஞ்சதுக்கப்புறம் கறக்குற பாலுல பாதிய கேட்க, அப்படி இல்லனா மேச்சலுக்கு நிலம் வேனும்னா அவங்ககிட்ட இருக்குற காளமாட்டின் பசிய போக்கனும்னு கேட்க, பசுமாடான கறவை மாடு தன்மானம் சுயகௌரம் னு மேச்சலுக்கு போகமா இருந்துதான்அ. சில நாளுக்குள்ளே அந்த பசுமாடு புரிஞ்சிக்கிச்சான். இங்க ஒரு பசுமாடு தனியா புடிச்ச மாதிரி பசுமாடாவே இருக்க முடியாதுன்னும், எப்படியும் எல்லாருக்கும் உதவுற கறவைமாட மாறித்தான் போகனும்னுன்ற உண்மைய உணர்ந்ததான். வேற வழி இல்லாம அந்த பசுமாடு நிறைய மேச்சலுக்கு போய் பல காளைமாட்டுக்கு பசி தீர்த்து தன்னோடு பசியையும் தன் குட்டியோட பசியையும் தீர்த்துக்குனு இப்ப ஒரு கறவை மாட நிறைய பேர்கிட்ட வேலை பார்த்து, வீட்டுக்கு ஒரு பசுமாட வாழ்ந்து வாழ்க்கைய கழிக்குதாம்."

"இதான் கார்த்தி. இப்ப என்னோட வாழ்க்கை. உனக்கு புரியும்னு நினைக்கிறேன்." என்றாள் தேவி. கார்த்தி ஒருவித தயக்கத்துடன் தலையினை ஆம் என்றவாறு ஆட்டினான். இதில் பசுமாடாய் இருந்து இன்று கறவைமாடாய் வாழ்க்கையை கழிப்பது தேவி தான் என்று அவன் உணர்ந்தான். அதோடு அவள் சொல்லும் போது அவளின் விழிகளையும்

கூர்ந்து கவனித்தான். அதில் வந்த சில கண்ணீர் துளிகள் இவனை ஏதோ ஒன்று செய்தது. உடனே அவன் நாற்காலியில் இருந்து எழுந்தான். "தேவி இப்போது நான் வருகிறேன்" என கூறினான். அவள் அவனிடம் ஏதோ கேட்க எண்ணினாள். ஆனால் அவளின் உதடுகள் "உனக்கு என்னோட உதவி வேனும்னா கால் பண்ணு" என்றே உரைத்தது. அதை கேட்டதும் அவன் மனக்கலக்கம் அடைந்தான். அதோடு அவன் வீட்டின் வாசலை கடந்து வீதியில் நடந்தான். அவனுக்குள் பல கேள்விகள் எழுந்தது.

தேவியை தற்போது நான் திருமணம் செய்து கொள்ளலாமா ?. அப்படி செய்துக்கொண்டால் என் உறவும் இந்த ஊரும் என்ன பேசும் ?. இல்லை இல்லை அவளை பத்திரமாக நானே இனி பார்த்துக்கொள்வேன் என்று தனக்குள்ளே பல கேள்விகளையும் அதற்கு விடைகளையும் கூறி கொண்டான். அவனின் சட்டைப்பையில் இருந்த கைப்பேசியில் தவளையின் ஒலி கேட்க. அதை அவன் கரங்களால் எடுத்தான். அதில் "மை வோய்ப்" என்ற எழுத்துகள் இடம் பெற்றிருந்தது.

காதலுக்குள் ஒரு காதல்

போர்வையால் அலங்கோலமாக்கப்பட்ட மெத்தையில் இரண்டு கால்களை பின்னியவாரும், ஒருபுறம் படுத்துக்கொண்டு தன் இருகரங்களை தலைக்கு கீழ் வைத்தும் சில இளைஞர்களுக்கே உரிய உடலமைப்பில் உறங்கி கொண்டு இருந்தான் கவீன். அவன் தலையணையை கைப்பேசியும், காதொலிப்பான் கருவியும் ஆக்கிரமிப்பு செய்து இருந்தது. அவன் தலை மெத்தையில் உள்ள துணியின் மேலே இருந்தது. அவன் கைப்பேசியில் அழைப்பொன்று வந்தது. அவனின் உறக்கத்தை கெடுத்த அந்த ஓசையின் மீது கோபம் கொண்டே, கவீன் கண்களை பாதி திறந்த நிலையில் அழைப்பினை எடுத்தான். அவன் பின்வருமாறு பேசினான். "சொல்லு அர்ஜுன், என்னடா காலையிலே" என்று கேட்டான். அதற்கு அங்கிருந்து வந்த வார்த்தைகளால் ஆச்சிரியத்திற்க்கு உள்ளான கவீன். "இப்ப எந்த போலீஸ் ஸ்டேஷன்ல டா இருக்காங்க" என்று கேட்டு, பதில் கிடைத்தவுடன். சில நிமிடங்களில் புறப்பட்டான்.

இருசக்கர வாகனம் ஹேச்12 என்ற காவல் நிலையத்தின் முன் நின்றது. வாகனத்திலிருந்து இறங்கிய கவீன் சாதராண வீட்டில் அணியும் ஆடையுடன் எதார்த்தமாய் காட்சியளித்தான். அவனுக்கு முன் அர்ஜுன் அங்கு நின்றிருந்தான். அர்ஜுனிடம் அவன் "எங்கடா இருக்காங்க அவங்க" என்று கேட்டுக்கொண்டே அர்ஜுனும் கவீனும் உள்ளே நுழைந்தனர். அங்கு தட்டச்சு இயந்திரத்தின் முன் காலி நாற்காலி ஒன்று இருந்தது. அதன் பக்கத்தில் போட பட்டு இருந்த மேசையில் கூரைபுடைவை அணிந்த ஒரு இளம் பெண்ணும், வெள்ளை வேட்டி சட்டை அணிந்த இளைஞனும்

அமர்ந்திருக்க. இருவரின் கழுத்தையும் பூ மாலை அலங்கரித்திருந்தது. அதோடு அந்த பெண்ணின் கழுத்தில் கூடுதலாய் மஞ்சள் நிற தாலியும் ஆபரணமாய் கட்டப்பட்டு இருந்தது. உடன் சில நண்பர்கள் நின்றிருந்தனர். கோபத்துடன் வந்த கவீனின் கண்களில் அந்த பெண்ணை கண்டவுடன் கண்ணீர் துளி வருவதற்குள் தீப்பொறிகளாய் சூடும் வார்த்தைகளை நாவின் உதவியால் கொட்டித்தீர்த்தான். அங்கிருந்த காவலர்களில் ஒரு முப்பது வயதுள்ள ஒரு அதிகாரி அங்கு வந்து "என்ன இங்க சத்தம்" என்று கேட்டார். கவீன் அதை பொருட்படுத்தாமல் "நீயெல்லாம் ஒரு பொண்ணாடி" என கத்தினான். அவனை அந்த அதிகாரி "தம்பி இங்க வாங்க" என்று கூறி அவனை அவரின் அறைக்குள் அழைத்துச் சென்றார். உடன் அர்ஜீனும் சென்றான்.

அந்த அதிகாரி "என்ன தம்பி உன் பிரச்சனை, எதுக்கு இவளவு கோபப்படுற" என்று அதட்டும் தொனியில் கேட்டார். கவீன் மௌனம் காக்க, அர்ஜுன், "சார் அந்த பொண்ணு இவனோட லவ்வர் சார். இவன லவ் பண்ணும் போது இன்னொருத்தன லவ் பண்ணி இருக்கா சார். இப்ப அவனயே கல்யாணம் பண்ணி இருக்கா. இது நியாயமா சார். நீங்களே சொல்லுங்க." என்று கேட்டான். அந்த அதிகாரி சிறு புன்னகையுடன் கவீன் அருகில் சென்று அவனின் தோள்களில் கைப்போட்டு, "உம் பெயர் என்ன டா தம்பி" என்று கேட்க, "கவீன்" என்று பதிலுரைத்தான். அதிகாரி, "கவீன் உன்கூட யாரெல்லாம் பிறந்தாங்க" என்று கேட்க. அவன் அவரை ஒருவிதமாக பார்த்து "ஒரு அக்கா இருக்கு சார்" என்றான். பின் அதிகாரி, "இப்ப உங்க

அப்பாவுக்கு யார பிடிக்கும் என்று கேட்டார்". ஒன்றும் புரியாமல் அர்ஜுன் முழிக்க. கவீனும் ஏதோ வினாடிவினா போல் "அக்காவ" என்று பதிலுரைத்தான். அதிகாரி, "இல்ல, உங்க அப்பாவுக்கு எந்த அளவுக்கு உன்னோட அக்காவ புடிக்குமோ, அதே அளவு உன்னையும் புடிக்கும். என்ன அவரு அத வெளியில காட்டிக்க மாட்டாரு. ஏன் அவருக்கு உங்க ரெண்டு பேரையும் ரொம்ப பிடிக்கும் னா. நீங்க அவரோட பிள்ளைங்க. நீங்க என்ன தப்பு பண்ணாலும் அத உங்க அப்பா பொறுத்துக்கிட்டு உங்க மேல அன்பு அதிகமா வைப்பாரு. அதுபோலதான் அந்த பொண்ணு உன்ன காதலிக்கும் போது அந்த பையன ஏதோ ஒரு காரணத்திலா பிடிச்சி இருக்கலாம். அதனால் அவனையும் லவ் பண்ணி இப்ப கல்யாணமும் பண்ணி இருக்கலாம். அதனால அவள் உன்ன ஏமாத்திட்டாஞு அர்த்தம் இல்ல. நாளைக்கு அவளுக்கு இப்ப கல்யாணம் பன்ன பையனாள ஏதாவது பிரச்சினைனா அவதான் ஏமாந்துட்டா. புரிதா.

இப்ப உனக்கு நடந்தது. நீ ஒருத்தர் மேல அன்பு வைச்ச அவங்க உன்மேல வைச்ச அன்பை விட வேற ஒருத்தவங்க மேல அதிகமான அன்பு வைச்சுட்டாங்க. அவ்வளவுதான். அதுக்காக நீ அந்த பொண்ண கொல்லனும்னு கத்தியை எடுத்து உன்னோட லைவ்வ வீணாக்கதா. இல்ல காதல் தோல்வினு சொல்லிட்டு திரியாத. உன் வேலைய நல்லா பாரு சந்தோஷமா இரு. உன் மேல அவள விட அதிகமா அன்பு செலுத்த ஒரு ஆள் வரலாம். அது உங்க அப்பா வா, அக்கா வா, ஏன் இங்க நிக்குறானே உன் நண்பனா கூட இருக்கலாம்." என்று கூறி, அர்ஜுனை

பார்த்து "என்ன நண்பா நீங்க உங்க ஃப்ரெண்ட அதிகமா லவ் பண்ண மாட்டிங்களான்னு கேட்டார்." அதற்கு கவீன் சிரித்தான். அதோடு அர்ஜூனும் சிரித்துக்கொண்டே, "எங்க சார் இவன லவ் பண்ணறது. இவன் கூட ப்ரெண்டாவே இருக்க இவ்வளவு கஸ்டபடுறனு" சொல்ல, அந்த அதிகாரியும் சிரித்தார். அவர் கவீனை பார்த்து, "கவீன், இப்ப அந்த பொண்ணோட ஃபோட்டோஸ் எல்லாத்தையும் டெலிட் பண்ணிட்டு, உன்னோட லைஃப்ப நீ போய் வாழ்" என்று கூறினார். கவீன், "ஓகே சார்" என்று வெளியே சென்றான். அர்ஜூன் அவரிடம் "தேங்யூ சார்" என்று கூறிவிட்டு கவீனின் பின்னே சென்றான். நவீன் அங்கு நின்றிருந்த இருவரின் முன்னும் நின்று தன் கைப்பேசியினை எடுத்து உடைத்தான். அந்த கைப்பேசியின் கண்ணாடி நொறுங்கியது போலவே அங்கு நின்றிருந்த அந்த பெண்ணின் இதயமும் அதில் இருந்த நினைவுகளும் நொறுங்கி இருக்க வேண்டும். இல்லையெனில் அவள் விழிகளில் கண்ணீர் வழிந்திருக்காது. அர்ஜூனும், கவீனும் வாகனம் நிறுத்தி இருந்த இடத்திற்கு சென்றனர். இருவரும் ஒரு வாகனத்தில் அமர்ந்து கொண்டனர். கண்ணீர் விட்ட அவளை கட்டி அணைத்துக்கொண்டான் அந்த இளம் பெண்ணின் கணவன்.

கவீன் வாகனம் செலுத்த, அர்ஜூன் பின்னாடி அமர்ந்திருந்தான். வாகனம் காற்றை சீறிக்கொண்டு பாயும் வேளையில் அர்ஜூன் பேச தொடங்கினான். "டேய் கொஞ்சம் கூட பீலிங்கா இல்லையா டா." கவீன் , "அர்ஜூனு, நான் அவள உண்மையா ரொம்ப லவ் பண்ண. அவளும் என்னைய லவ் பண்ணா. இப்ப அவளுக்கு அவன பிடிச்சிருக்கு அவ்வளவுதான்.

என்ன அவ என்னைய மட்டும் தான் லவ் பண்ணனும் நான் நினைச்சது என் தப்பு. என்ன சொல்லற" என்று கூற. அர்ஜுன், "இருந்தாலும் மொபைல்லா உடைச்சிருக்க வேண்டாம் டா. இப்ப ஒரு பத்தாயிரம் தெண்ட செலவு" னு கூற, கவீன், "அது பாத்துக்காலாம் டா, ஆனா புது மொபைலுக்கு பார்ட்டி கேட்டு இரண்டாயிரம் காலி பண்ணிடுவியே நீ" என்று சொல்லி சிரித்தான். அவன் உதடுகள் சிரிக்கையில் அதிவேகமாய் வீசிய காற்றில் அவன் விழிகளில் வழிந்த கண்ணீரையும், அவன் மனதிற்குள் இருந்த நினைவுகளையும் எங்கோ தூக்கிச் சென்று வீசியது. கண்களுக்கு கண்ணீரை பிடித்திருந்தது. ஆனால் கண்ணீருக்கோ காற்றினை தான் பிடித்திருந்தது போல். பறந்து சென்ற கண்ணீர் நன்னீரிலே சேரட்டும்.

திருட்டு காமம்

நவீன உலகின் நகர வீதியில் உள்ள வீடுகளின் கதவுகள் அனைத்தும் அடைக்கப்பட்டிருந்தது. வீதியின் ஓரமாய் அறுபது வயதான ஒருவர் இந்த தொழில்நுட்ப உலகம் அறிந்ததாலோ ஏனோ காதுகளில் பூஞூட் மாட்டிக்கொண்டு, நடந்து கொண்டிருந்தார். ஆதவனின் அகப்பார்வையாலும் அந்த மதிய வேளையில் நடந்ததாலும் அவரின் உடலில் வியர்வை வழிந்தது. அதை துடைத்துக்கொண்டு நடந்தவரை, "என்ன சார் மதியமே வந்துட்டிங்க" என்று கொய்யாப்பழம் விற்கும் நபர் கேள்வி கேட்க, "ஒன்னும் இல்ல பா ஆப்பிஸ் இன்னக்கி ஆஃப் டே பா, அதன் வந்துட்டன்" என்று கூறி விட்டு, அந்த நபரை கடந்து ஒரு வீட்டின் முன் நின்று தாழ்ப்பாள் இடப்பட்டிருந்த சிறிய இரும்பு கதவினை திறந்து உள்ளே நுழைந்தார். அவருக்கு அந்த இல்லம் பரிச்சியமான ஒன்றாய் இருக்க வேண்டும். இல்லையெனில் அது அவரது இல்லமாக இருக்கு வேண்டும். அவர் அடைக்கப்பட்டிருந்த வாசலின் மரக்கதவினை திறக்க முயன்றார். அது உள்புறமாக தாழ்ப்பாள் இடப்பட்டிருந்தது. அவர் "மீனாட்சி, மீனாட்சி" என்ற பெயரை கூப்பிட்டார். அதற்கு பலன் கிடைக்காததால் தன் கைபேசியினை எடுத்து அதில் "மை வோய்ப்" என்று சேமித்து இருந்த எண்ணிற்க்கு அழைப்பினை மேற்கொண்டார். அந்த அழைப்பு முழுவதும் சென்று யாரும் அதை எடுக்கவில்லை. அவர் "என்ன பன்ற இவ, மதியம் நல்லா சாப்பிட்டு தூங்குறாள்" என்று முனங்கி கொண்டு மீண்டும் அழைப்பு விடுத்தார். அதற்கும் பதில் இல்லை. இவர் சற்று வீட்டை சுற்றி நடந்து

பக்கவாட்டு சுவற்றில் இருந்த சன்னலை திறக்க முயன்று, மூடி இருந்த கதவினை திறந்தார். உள்ளே அவர் கண்ட காட்சி அதிர்ச்சியை அளித்தது. உடனே அவர் அந்த சன்னலின் கீழே அமர்ந்து கொண்டு அழுதார். அவரின் மனைவி மீனாட்சி இவரை விட வயது குறைந்தவள். அவர் கண்ட காட்சி தன் மனைவி மீனாட்சி தன்னை விடவும் வயது குறைந்த இளைஞன் ஒருவனுடன் முழு நிர்வாணமாய் படுக்கையில் காமம் புரிவதை கண்டு கண்ணீர் விட்டு அழுதார்.

பின் எழுந்து கண்களை துடைத்துக் கொண்டு வெளியே வந்தார். வந்தவர் கொய்யாக்கடை வண்டியின் அருகில் இருந்த நாற்காலியில் அமர்ந்தார். "என்ன சார் வீட்டுல யாரும் இல்லையா" என்று கொய்யாக்கடை வியாபாரி கேட்க. "ஆமா பா" என்று கூறி, "தம்பி தண்ணீ இருந்த கொஞ்சம் கொடுப்பா" என்று கேட்டார். அந்த வியாபாரி தன் வண்டியின் கீழ் வைத்திருந்த கோணிப்பையை விலக்கி அதிலிருந்து தண்ணீர் பாட்டிலை எடுத்து கொடுத்தார். தண்ணீர் பாட்டிலை வாங்கிய அவர் அதை திறந்து குடித்து விட்டு பாட்டிலை கீழே வைத்தார். கொய்யாப்பழ வியாபாரி பழம் வாங்க வந்த வாடிக்கையாளருடன் பேசினார். "என்ன மா பன்னறது, எல்லாம் அந்த அந்த மண்ணுக்குள்ள வீரியம் தான் மா. ஒவ்வோரு வகை பழத்துக்கும் அந்த ருசிக்கு ஏற்ப விலை தான் மா" ன்னு கூறி ஒரு துணி பை இருக்கான்னு கேட்டார். அதற்கு வாடிக்கையாளர் "இல்லை" என்று கூறி பணத்தை கொடுக்க, அதை வாங்கிய வியாபாரி, "பிளாஸ்டிக் பைலாம் யூஸ் பன்ன கூடாது மா, ரூல்ஸ் போட்டு இருக்காங்க, நம்ப கிட்ட மட்டும் தான் ரூல்ஸ்

ஃபாலோ பன்ன சொல்லும் கவர்மென்ட். என்ன பன்றதுன்னு" முனங்கியவாறே எடைதட்டுலிருந்த பழங்களை எடுத்து தான் வைத்திருந்த துணிப்பையில் போட்டு வாடிக்கையாளரிடம் கொடுத்தார். பின் உட்கார்ந்து இருந்த அவரை பார்த்து, "என்ன சார் இப்ப பன்ன போறிங்க" என்று கேட்டார். அவர் "தெரியலை பா" என்று பதில் கூறி, அங்கு நிகழ்ந்த நிகழ்வை கவனித்ததால் அவரின் மனதிற்குள்ளே தான் கண்ட காட்சியையும் அந்த காட்சி நிகழ காரணம் என்னவென்றும் சிந்தித்தார்.

தன் மனைவிக்கு தேவையான முழு இன்பத்தையும் தன்னால் தர இயலாததாலே அவள் வேறொரு நபருடன் தனக்கு தேவையான காம இன்பத்தை களவாடி கொண்டாள் என்று உணர்ந்தார். அவளின் இளம் தேகத்திற்கு ஏற்ற வேகத்தில் தன்னால் காமம் கொள்ள இயலாததை எண்ணி பார்த்தார். "சார்" என்ற குரல் அவரை நிகழ் உலகிற்கு அழைத்துக் கொண்டு வந்தது. அவர் "என்னப்பா" என்று கேட்க "வெயில் அடிக்குது சார், நிழல்ல வந்து உட்காருங்க" என்று கூற, அவர் எழுந்து வியாபாரியிடம், "ரொம்ப நன்றி தம்பி" என்று கூறிவிட்டு நடந்தார். அவர் நடக்கையில் தன் காதுகளில் இருந்த பூளுட்டுத்தை எடுத்து பாக்கெட்டில் வைத்துக்கொண்டு, தன் கைப்பேசியை எடுத்து அதில் உள்ள பணச்செயலி மூலம் தன் வங்கி கணக்கில் எவளவு பணம் உள்ளது என்பதை அறிந்து கொண்டு, இருபதாயிரம் தனக்கு போதும் என்று நினைத்துக்கொண்டு மீதி பணத்தை அதாவது நாற்பத்து ஐந்தாயிரத்தை தன் மனைவி மீனாட்சியின் வங்கி கணக்கிற்கு அனுப்பி விட்டு

கைப்பேசியை எடுத்து பாக்கெட்டில் வைத்து, வேகமாக நடந்தார். வெகு தூரம் நடந்து சென்றார்.

"பாம், பாம்" என்ற ஒலியை எழுப்பிய பேருந்து அவரை சுயநினைவுக்கு கொண்டு வந்தது. அவர் தனது வலதுப்புறம் திரும்பி பார்த்தார். அது பேருந்து நிலையம். அதனுள் நுழைந்து தயார் நிலையில் இருந்த பேருந்தில் ஏறினார். அந்த பேருந்தில் இருக்கைகள் முழுதும் நிறைந்தது போல் தோன்றியது அவருக்கு. பேருந்தின் நடத்துனர் "சார், அதோ சீட் இருக்கு பாருங்க போய் உட்காருங்க" என்றார். அவரும் அங்கிருந்த இருவர் இருக்கையில் அமர்ந்தார். பேருந்தும் புறப்பட்டது. சற்றுத் தூரம் சென்ற பேருந்தின் பாதி பயணத்தில் ஒரு இளம் பெண் ஏறினாள். அமர்வதற்கு இடம்மில்லாமல் இருந்தவள் இருவர் இருக்கையில் அமர்ந்திருந்த அந்த அறுபது வயதுள்ளவரின் அருகில் சென்றாள். கரும்பலகையில் வெள்ளையில் எழுதியது போல் தோற்றமளித்த தலையை மட்டுமே தெரிந்தது. முகம் இருக்கையின் கம்பிகளுக்கு இடையில் மறைந்திருந்தது. "ஹலோ எஸ் குஸ் மீ. நான் இங்க உட்காருலாமா" என்று கேட்டாள். அவர் நிமிர்ந்து பார்த்து வண்ணத்துப்பூச்சி ஒன்று வாய்திறந்து பேசுவதை கண்டார். "உட்காருங்க" என்று பதில் உரைத்தார். அவள் அமர்வதற்கு முன் தன் தோள்களில் மாட்டிருந்த பேக்கினை எடுத்து மேலே வைத்தாள். அமர்ந்தவுடன் அவள் அவரை குனிய விடாமல், "உங்க பேரு என்ன" என்று முதல் கேள்வியை கேட்டாள். அவர் "ராமன்" என்று பதில் உரைத்தார். "சார் நீங்க இ-புக் எழுதுவிங்களே அந்த ராமனா" என்று கேட்டாள். அவர் "ஆம்" என பதிலுரைத்தார். அவரின் மனம் தன் மனைவியின்

செயலை எண்ணி துயரத்தில் இருந்தது. ஆனால் இந்த பெண்ணின் பேச்சால் அவர் அதை மறைத்து பதில் பேசிக்கொண்டு இருந்தார். "என் பெரு ஸ்ரீமதி. நான் நீங்க எழுதுன எல்லா இ-புக்கும் படிச்சு இருக்கேன். எனக்கு உங்கள ரொம்ப பிடிக்கும்" என்று மூச்சு விடாமல் பேச்சை தொடர்ந்தாள். அவள் பேசுவது இதுவரை மட்டுமே ராமனின் செவிகளில் விழுந்தது. அவர் வேறொரு உலகிற்கு செல்ல, அதை ஸ்ரீமதியே தன் கைப்பேசியை எடுத்து அவரின் விழிகளுக்கு முன் வைத்து தன் புகைப்படங்களை காட்டி அவரின் கைகளை அசைத்தாள். அவர் சுயநினைவு திரும்பி தன் பேருந்து பயணத்தில் இருப்பதை உணர்ந்தார். இதுவரை தாம் எழுதும் இணைய புத்தகம் பற்றி ஒருபோதும் தன் மனைவி மீனாட்சி எதுவும் கூறியதில்லை. ஏன் இவர் இணையத்தில் இத்தனை புத்தகங்களை எழுதியுள்ளார் என்பதே அவள் அறிந்திருக்கமாட்டாள் என்பதை நினைத்து பார்த்தார். ஸ்ரீமதியின் பேச்சை நிறுத்தும் வகையாய் நடத்துனர் "டிக்கெட்" என்று கேட்க, ஸ்ரீமதி தன் கைப்பையில் இருந்து பணத்தை எடுத்து கோயம்புத்தூர் ஒன்னு" என்று கூறி, ராமனை பார்த்து "நீங்க எங்க போறிங்க" என்று கேட்டாள். அவர் சட்டென "கோயம்புத்தூர் தான்அ" என்று கூற, ஸ்ரீமதி "அண்ணா, இரண்டு கோயம்புத்தூர்" என்று கூறியவுடன். இரண்டு சிவப்பு நிற சீட்டுகளை வாங்கி கொண்டு மீதி பணம் நூறு ரூபாவை வாங்கி தன் கைப்பையில் வைத்துக் கொண்டாள். பின் ராமனிடம் "நீங்க 'காதலின் வயது' புக் படிச்சு இருக்கிங்கிளா" என்று கேட்டாள். அவர் "இல்லை" என்று கூற, "நான் வேனா அந்த கதைய சொல்லட்டா" என்று அனுமதி கேட்டாள். "ம், சொல்லு நீ

உண்மையிலே நல்லா பேசுற" என்றார். அவள் "பேசுறது மட்டும் இல்ல, நிறைய படிப்பேன், கொஞ்சம் பாடுவேன், இதான் என்னோட ஹாபி" என்றாள். "அது இருக்கட்டும் கதை சொல்லுறன்னு சொன்னியே" எப்ப சொல்லுவ என்று கேலி செய்தார் ராமர். பேருந்து பயணத்தில் கதை கூற தொடங்கினாள் ஸ்ரீமதி.

"ரசிகா னு ஒரு காலேஜ் ஃபைனல் இயர் படிக்குற பொண்ணு, அந்த பொண்ணோட வீட்டுக்கு எதிரில் ஒரு தமிழ் வாத்தியார், அவருக்கு அறுபது வயது அவரோட மனைவி கல்யாணம் ஆன கொஞ்ச நாளிலே விட்டுட்டு போயிடுவாங்க, அவர பத்தி ரசிகா வோட அம்மாவும், அவர்கிட்ட பசங்கள டியூஷன் அனுப்புற ரசிகவோட சித்தியும் பேசுறத ரசிகா கேட்பா, அதோட அவர தினமும் இவ்வினிங்ல பசங்களுக்கு டியூஷன் சொல்லித்தரும் போது பார்பா, அவளுக்கு அவர ரொம்ப பிடிச்சு போயிடும். அவருக்கே தெரியாம அவர ரசிகா காதலிப்பா. இப்படியே சில நாட்கள் செல்ல ரசிகா தன்னோட காதல ஒரு லெட்டரா எழுதி கொடுப்பா, அந்த லெட்டருல இப்படி ஆரம்பிக்கும். இன்னும் எனக்கு அந்த வார்த்தை நியாபகம் இருக்கு, 'என்னுயிர் மனவாளனே' என தொடங்கும் அந்த கடிதத்தில் தன்னோட காதல அழகான வரிகளால் எழுதியிருப்பா ரசிகா. அந்த கடிதத்தை முடிக்கையில் அவ பதிலை கூறுங்கள் அதற்கு முன் இந்த வாசகம் படித்துவிட்டு சிந்தித்து என் காதலுக்கு பதில் கூறுங்கள் என்று எழுதி இரு வாசகத்துடன் கடிதத்தை முடித்து, அவளே தமிழ் ஆசிரியரிடம் கொடுப்பாள். அதை படிக்கும் அந்த ஆசிரியர் இறுதியில் இருக்கும் வாசகத்தை படிப்பார், அந்த

வாசகம் என்று சிந்தித்த ஸ்ரீமதி, ம் நியாபகம் வந்திடுச்சின்னு பேச்சை நிறுத்தாமல் பேசினாள். அது வந்து காமத்திற்கே வயது தேவை, காதலுக்கு வயது தேவையில்லை எனவே உங்கள் பதிலை என் மனம் மகிழும் படி கூறிவிடுங்கள் என்று எழுதி முடித்திருப்பாள் ரசிகா."

"எப்படி இருக்கு இந்த கதைன்னு" ஸ்ரீமதி கேட்டாள். அதற்கு "யார் இந்த கதைய எழுதின எழுத்தாளர்" என்று ராமர் கேட்டார். ஸ்ரீமதி "அது யாருன்னு நியாபகம் இல்ல, ஆனா இந்த கதைய என்னால புக்ல இருந்த மாதிரியே சொல்ல முடியல, அந்த கடிதத்தை அவளவு அழகா எழுதியிருப்பாரு அந்த ஆதர்" என்று கூறினாள். அவளே மீண்டும் "எனக்கு ஏனோ இந்த கதை உளவியல் ரிதியா புடிச்சியிருந்ததுன்னு" கூறினாள். அதற்கு ராமர் "அந்த சிறுகதையோட இறுதி வாசகம் உண்மையுன்னு நீங்க மனசார ஒத்துக்கிட்டு இருப்பீங்க, அதான் உங்களுக்கு இந்த கதை ரொம்ப புடிச்சி இருக்குன்னு" பதில் கூறினார். அவளும் சற்று மௌனம் காத்து "காதலுக்கு வயது தேவையில்லை. இது உண்மைதான்" என்று கூறினாள். ராமனோ தன் மனைவியின் செயலை எண்ணி பார்த்தார். அதோடு அவரின் கைப்பேசியில் மீனாட்சியின் அழைப்பு வந்தது. அதை எடுக்காமல் ஸ்ரீமதியின் பக்கம் திரும்பி பேச தொடங்கினார் ராமன். ஸ்ரீமதியும் ராமரிடம் மூச்சை நிறுத்தாமல் எதை எதையோ பேசினாள்.

'காதலின் வயது' கதையை படித்ததாலோ ஏனோ ஸ்ரீமதி ராமனிடம் நெருக்கமாய் உரையாடி கொண்டு இருந்தாள். 'காதலின் வயது' புத்தகத்தை ராமன் எழுதியதாலோ ஏனோ ராமனும் தன்

துயரங்களை மறக்க முயன்று அவளின் பேச்சுகளை கேட்டுக் கொண்டும் மகிழ்ந்தான்.

காமத்திற்கே வயது தேவை, காதலுக்கு வயது தேவையில்லை என்பதை இருவரும் உணர்ந்து பேருந்தின் பயணத்தை முடிப்பார்காளே.

தேகத்தின் தாகம்

நாற்காலியில் அமர்ந்திருந்த ரத்தினம் மேல் சட்டையின் மடிப்பு கலையாமல் இருந்த வெள்ளை நிற அரைக்கைச்சட்டை அணிந்திருந்தார். ரத்தினம் தன் மனைவியிடம் கோபக்குரலில், "ஏய், இன்னும் என்ன பன்னிட்டு இருக்க, காலையில அஞ்சு மணில இருந்து கிளம்புற, இன்னும் கிளம்புன பாடு இல்லனு" திட்டினார். "இதோ வந்துட்டன்" என்ற குரலில் பதில் கூறினாள் மனைவி. அமைதியாய் அமர்ந்திருந்த ரத்தினம் வாசல் கதவு திறக்கும் சத்தம் கேட்டு யார் என பார்த்தார். அவரே "வா, சரிதா. நாங்களே உங்க வீட்டுல வந்து சொல்லிட்டு போலம்னு தான் இருந்தோம். நீயே வந்துட்ட" என்று கூறினார். சரிதா , "என்ன ஆங்குள்" என்று கேட்க. உள்ளிருந்து வந்த பட்டுச்சேலை அணிந்த மதிப்புமிக்க அந்த பெண்மணி "சரிதா, நானும் அவரும் கோவிலுக்கு போறோம். ஷர்மிக்கு துணையா உன்ன இருக்க சொல்லலாமுனு நினைச்சோம். நீயே வந்துட்ட" ன்னு சொல்ல. சரிதா , "ஷர்மி எங்க ஆண்டி" என்று கேட்க. அவ "இன்னும் படுத்துக்கிட்டு தான் இருக்கா நீ அவ ரூமுக்கு போய் பாரு, சரி நாங்க வரம்னு" அந்த பெண்மணி புறப்பட. ரத்தினம் அதற்குள் வாசற்படியைத்தாண்டி "சீக்கிரம் வா டி" என்றார். இருவரும் வாசலில் இருந்து மறைந்திட. சரிதா வாசற்கதவினை தாழ்ப்பாள் போட்டுவிட்டு ஷர்மினியின் அறைக்குள் சென்றாள்.

சரிதாவும் ஷர்மியும் பள்ளியிலிருந்து கல்லூரி வரை ஒன்றாக படித்து முடித்தவர்கள். இருவரும் இணைபிரியா தோழிகளாகவே பள்ளியில் உலா வருவார்கள். கல்லூரி காலத்திலே அவர்களின்

உறவுக்குள் நட்பை தாண்டிய உறவு இருப்பதை இருவருமே உணர்ந்தனர். ஒரு நாள் கல்லூரியில் சரிதாவிற்கு காச்சல் ஏற்பட, ஷர்மி அவளை பார்த்துக்கொண்ட விதமும், ஷர்மி சரிதா மீது செலுத்திய அன்புமே சரிதாவிற்கு மற்ற உறவுகளை விட ஷர்மி யின் உறவு மேலானதாக உயர்த்தி காட்டியது. அதுபோலவே ஷர்மிக்கும் அப்பா, அம்மா என அதிக அன்பு செலுத்தும் உறவுகள் இருந்த போதிலும் சரிதாவின் அன்பும் பாசமும் புதுவித உணர்வையும் மகிழ்வையும் அளித்தது. அதை விட அவ்விருவரின் எண்ணங்களும் ஒன்றாய் ஒத்துப்போகவே அவர்களுக்கிடையேயான உறவானது மகிழ்ச்சியாகவும் ஆரோக்கியமாகவும் இருந்தது. இருவருமே கல்லூரி முடித்து சில மாதங்கள் ஆகுகிறது. எனவே அவ்வப்போது சரிதா ஷர்மினியை காண வருவது வழக்கம். அதுபோலதான் இன்றும் வந்திருந்தாள்.

கரடி பொம்மை ஒன்று மெத்தையில் படுத்திருக்க, அதன் அருகில் 'ஷார்ட் டிரஸ்' என்னும் நவீன நாகரீக படுக்கை ஆடையை அணிந்த படி படுத்திருந்தாள் ஷர்மி. சரிதா அவள் படுத்திருந்த விதத்தை பார்த்தாள். அவளின் மேலாடை விலகி இருந்தது. அதை சரிதா சரிசெய்ய முற்படுகையில், "வா டி மை ஏன்ச்சல்" என்று கூறியவாறு ஷர்மி படுக்கையில் இருந்து எழுந்து அமர்ந்தாள். சரிதா "ஏய், நீ தூங்கலையா" என்று கேட்டாள். "எங்க தூங்குறது, காலையில அஞ்சு மணியில் இருந்து ஒரே சத்தம்னு" கூறி அவள் கையை பிடித்து இழுத்து கட்டிலில் அமர செய்தாள். அவள் பிடித்து இழுத்த விதத்தில் இவளும் அமர்ந்தாள். அதன் அர்த்தம் அறிந்து தான் அமைதியாய் இருந்தாளோ என்னமோ

அந்த அறையில் சரிதாவும், ஷர்மியும் மௌனம் காத்தனர்.

இருவருக்குமிடையில் மௌனம் நீண்டு கொண்டிருக்க, பின் இருவரும் ஒருவரையொருவர் பார்த்துக் கொள்ள சரிதா ஷர்மி அணிந்திருந்த ஷார்ட் டிரஸ் ஸின் மேல் ஆடையை கழட்டினாள். ஷர்மியும் சரிதா அணிந்திருந்த டி ஸெர்ட் டையை கழட்டினாள். இருவரும் ஒருவரின் மேல் ஆடையை மற்றொருவர் கழட்டிட, இரண்டு ஆடைகளுமே டி ஸெர்ட் வடிவிலே இருக்கும் அதனால் கைகளை மேல் நோக்கி கழட்டி கட்டிலின் மெத்தையில் தூக்கி வீசினர். ஷர்மி சரிதாவின் உள்ளாடைகளை விலக்கி அவளின் மார்பகங்கள் இரண்டையும் சீம்பால் ருசிப்பது போல் ருசித்திட, சரிதாவும் ஷர்மி யின் மார்பகங்களை பச்சிளம் குழந்தை பால் பருகுவது போல் சப்பிட கதவு தட்டும் சத்தம் கேட்டது. பாம்புகளின் இயைபுகளை பிரித்தது போல் இருவரும் பயந்து போய் விலகி கொண்டனர். இருவரும் அச்சத்தில் என்ன செய்கிறோம் என்று அறியவில்லை.

ஷர்மி மட்டும் "யாரது" என்று குரல் கொடுத்துக்கொண்டே மேலாடை அணிந்து கொண்டு கதவினை திறக்க சென்றாள். பின்னாலே சரிதாவும் சென்றாள். வாசக்கதவினை திறந்த ஷர்மி வியப்புக்குள்ளானாள். "என்ன அப்பா ஆச்சு வந்துட்டிங்க" என்று கேட்க. "இதோ உங்க அம்மா இருக்காலே படையல் பொருளா மறந்துட்டாலாம்" என்று கூறியாவாறு உள்ளே சென்றார். அந்த மதிப்பு மிக்க பெண்மணி ஷர்மியையும் சரிதாவையும் பார்த்தாள். பாளார் என்று ஷர்மியை அறைந்தாள். "என்னடி பன்னிங்க" என்று கேட்க. ரத்தினம் "என்ன

ஆச்சுனு" கேட்க. "ஒன்னும் இல்லைங்க, நீங்க பொருள் எடுத்துட்டு வாங்க" என்று கூறியவாறே, "நா, கோவிலுக்கு போய்ட்டு வந்து உன்ன வைச்சுகிறன்" என்று சொல்லிவிட்டு ரத்தினம் ஒரு கட்டைப்பையுடன் வந்திட இருவரும் வெளியே சென்றனர்

சரிதா, "ஏய் ஷர்மி, நீ போட்டு இருக்குறது, என் டிரஸ் டி" என்று கூற, ஷர்மி தலை குணிந்து பார்த்தாள். பின், ஷர்மி சரிதாவிடம் "ஏன் டி நீயும் நானும் பெங்களூருக்கு போய்டுவோம். அங்க நம்பள சைலைக்ட் பன்ன கம்பெனில வோர்க் பண்ணாலம் என்ன" என்று கேட்டிட. "ம்ம். போலாம்" என்று பதிலுரைத்தாள். பின் சரிதாவை ஷர்மி கட்டியணைத்தால். அந்த அணைப்பு காமத்தையும் தவிர்த்து ஒரு காதலை கூறியது. வீட்டினில் வெள்ளை காகிதம் ஒன்றில் கடித்தினை எழுதி வைத்திவிட்டு இருவரும் புறப்பட்டு சென்றனர். சரிதாவும் ஷரிமினியும் தாங்கள் பயின்றுள்ள கல்வியினை நம்பியே வீட்டை விட்டு வெளியேறி தங்களுக்கு பிடித்த வாழ்க்கையை வாழ முடிவு செய்தனர். இரண்டு பட்டங்கள் நூல் இல்லாமல் காற்றின் உதவியால் வானத்தில் பறந்தது.

ஷர்மினிக்கு பிடித்த பொருட்களை வாங்கிக் தந்து, பிடித்த கல்வியினை கற்க செய்து, நன்மை தீங்கினை எடுத்துரைத்து வளர்த்த ஷர்மினியின் தாயுக்கு தன் மகளின் தேகத்தின் தாகம் தன்பாலின உறவால் மட்டும் பூர்த்தியாகும் என்ற உண்மையை அறிந்தும். மகளின் விருப்பத்திற்கு முட்டுக்கட்டை போட்டதுக்கு காரணம். சமூகமா இல்லை சுயநலமா இரண்டில் ஏதோ ஒன்றால் தன் மகளை பிரிந்து வாழத் தாயாரானாள் அந்த பெண்மணி.

பட்டங்கள் இரண்டும் காற்றால் பறந்து முற்செடிகளில் அகப்படாமல் வானின் எல்லையை பார்த்து மகிழ்ந்தாள் மகிழ்ச்சியே.

சொல்ல மறந்த காதல்

"கடற்கரை சாலை" யாரு கேட்டது எழுந்து வாங்க என்று கூப்பிட்டார் நடத்துனர். தலையினில் சில வெள்ளை முடிகள் அவைகளோ மகரந்தங்கள், முகத்தினில் சிறு சுருக்கங்கள் யாவும் வாடிய அல்லி இதழ்கள், அணிந்திருந்த சேலையின் வண்ணமோ கண்களை கவர்ந்திடும் நிறமே, மாலையில் பார்த்திடும் ஒற்றைத்தாமரையாய் எழுந்து வந்து நின்றாள் படியின் அருகே கண்ணகி. அவள் பின்னே இரு இளம்பெண்களும் இறங்குவதற்கு நின்றனர். விசில் சத்தம் ஒலித்தவுடன் பேருந்து நிற்க கண்ணகி இறங்கினாள். கடற்கரைக்கு செல்லும் வீதி எதுவென்று தெரியாததால் அவளுடன் இறங்கிய இளம்பெண்ணிடம் வழி கேட்டாள். பாட்டிமா "இந்த வீதியில நேரா நடந்திங்கனா கடற்கரை வந்திடும்" என்று அவர்கள் கூறினர். அவள் ஒரு ஏக்கத்துடன் நடந்தாள். நாற்பது வருடங்களுக்கு பிறகு ராமனை பார்க்க போகிறாள். அவன் எப்படி இருப்பான் என்ற ஆர்வத்திலும், அவன் உடல்நிலை எப்படி இருக்கும் என்ற ஏக்கத்திலும் அவனை காணப்போகும் மகிழ்ச்சியிலும் அவள் கால்கள் சிறிது வேகமாய் நடந்தது. ராமன் கண்ணகியின் நண்பானகவும் அதைவிட ஓர் அழகிய உறவாகவும் திகழ்ந்தவன். ராமன் ராணுவத்தில் சேர்ந்துவிட்டான் என்பதே அவள் அவனை பற்றி கேட்ட இறுதி செய்தியாகும்.

இருதினங்களுக்கு முன் நிர்மலா பேத்தியின் சடங்கில் கமலாவை சந்தித்தாள் கண்ணகி. கமலாவும் கண்ணகியும் பேசுகையில் எதார்த்தமாய் கமலா "நீ ராமனிடம் பேசினாயா" என கேட்டாள். கண்ணகி ஆச்சிரியத்தில் "ராமன் எங்கு

இருக்கிறான். எப்படி இருக்கிறான்" என்று கமலாவிடம் கேட்டாள். அதற்கு கமலா "அவன் இவ்வூரில் தான் இருக்கிறான். அவனது கைப்பேசி எண் இதுதான் நீ அவனிடம் பேசு" என ஒரு தாளினை கொடுத்தாள். அத்தாளினை வாங்கிய கண்ணகி ஒருநாள் முழுவதும் அதில் உள்ள எண்களையும் தனது கைப்பேசியையும் பார்த்தவாறு அமர்ந்திருந்தாள். என் பெயர் ராமன் என்று ஒரு பெயரில்லா எண்ணில் இருந்து குறுஞ்செய்தி வந்தது. அதற்கு கண்ணகி, நீ எப்படி இருக்கிறாய் என்று அச்சிட்டு ராமனுக்கு அனுப்பினாள். அப்புறம் ராமனிடமிருந்து உன்னை நேரில் பார்க்க முடியுமா என்று செய்தி வந்தது. கண்ணகி எவ்விடத்தில் பார்க்கலாம் என பதில் செய்தியை அனுப்பினாள். கடலினில் சந்திப்போமா என அனுப்பினான் ராமன். நாளை மாலையில் சந்திப்போம் என்று இணைய உரையாடலுக்கு முற்றுப்புள்ளி வைத்தால் கண்ணகி. அந்த உரையாடலுக்கு பின் கண்ணகி அன்றைய இரவு முழுவதும் உறங்காமல் ராமனுடனான பழைய நினைவுப்பக்கங்களை திருப்பி பார்த்தால்.

தன் உடலை சிலிர்க்க செய்தது குளிர்காற்று. கண்ணகி தன் கண்முன் தோன்றிய கடலினை கண்டாள். அவள் ராமன் வந்துவிட்டானா எங்கு இருப்பான் என்று எண்ணியவாறு கடலின் கரையில் வந்து நின்று ஒரு தேடலில் இருந்தாள். சிறிது தூரம் நடந்ததால் அவளின் கால்கள் சோர்ந்தது. எனவே அவள் அவ்விடத்திலே அப்படியே அமர்ந்தாள். கடலில் எழும்பி வரும் அலைகளின் அழகை பார்த்தவாறு இருந்தாள்.

சில நொடிகளில் அவள் அருகே ஒரு ஆண், இளமையின் வயதை கடந்தாலும் கட்டுக்கோப்பான

உடலுடனும், முகத்தில் முறுக்கிய மீசையுடன் மிரட்டும் தொனியில் இருப்பினும், கண்ணகி அருகில் அமர்ந்தான் ஒரு குழந்தையை போல் அவனே ராமன். "கண்ணகி" என அவன் கூப்பிட்டான். கண்ணகி முகத்தில் அளப்பரிய ஒரு மகிழ்ச்சியுடன் திரும்பினால் தன் அருகே அமர்ந்து இருந்து தன்னை குப்பிட்ட தன்னுடைய ராமனை கண்டதும் மகிழ்ச்சியில் அவள் கண்களில் கண்ணீர் துளிகளும் வழிந்தது. ராமன் கண்ணகியின் முகத்தை பார்க்கையில் அவள் நெற்றியில் அவள் வைத்திருந்த வெள்ளை பொட்டு அவனுக்கு தெரிந்தது. இவள் இன்று வேறுஒருவரின் மனைவியாய் வாழ்ந்தவள் என்று தெரிந்தும், நான் பேச வந்தது சரியா என நினைத்து தலை சாய்த்தான் ராமன்.

கண்ணகி "ராமா நீ எப்படி இருக்கிறாய்" என்று கேட்டாள். ராமன் கண்ணகியின் முகத்தை பார்த்து "மனதில் நீங்கா நினைவுகளுடன் மகிழ்ச்சியாய் இருக்கிறேன்' என்று பதில் உரைத்தான். கண்ணகி "நீ ஏன் திருமணம் செய்து கொள்ளவில்லை" என்று கேட்க. "ராணுவ பணியினால் இல்லற வாழ்க்கையில் நாட்டம் இல்லை கூடவே திருமணம் செய்து கொள்ள சொல்ல உறவுகள் எதுவும் துணையில்லை' என்று ராமன் கூறினான். கண்ணகி மௌனமாய் கரையின் அருகே இருந்த ஒரு மணல் கோட்டையை பார்த்தால் அக்கோட்டையினை கடல் அலைகள் மெல்ல மெல்ல அழித்தது. ராமன், "கண்ணகி இதேபோல் நாற்பது வருடங்களுக்கு முன் இதே கடற்கரையில் நான் என் மனதில் உருவாக்கிய கோட்டையினை உன்னிடம் சொல்லும் முன்னே உன் வார்த்தைகளால் நீ அக்கோட்டையினை அழித்துவிட்டாய். அன்று உனது குடும்ப சூழ்நிலையே அதற்கு காரணம் என்று

தெரிந்ததாலே நான் அதை ஏற்றுக்கொண்டும் என் வருத்தைபோக்கி கொள்ளவும் இராணுவ பணியில் சேர்ந்தேன். வாழ்க்கையில் இதுவரை நானும் வந்துவிட்டேன். நாற்பது வருடங்களுக்கு முன் சொல்ல வந்ததை இன்று சொல்லிவிட்டு நான் சொல்கிறேன்" என்று தன் கண்களின் கண்ணீர் துளிகளை துடைத்துக் கொண்டு ராமன் பேசினான்.

"என்உயிரினில் ஒர் உறவாய் நீ வருவாயா. என்னிடத்தில் உன் இதயத்தை தருவாயா. என்னோடு என்வாழ்க்கை முழுவதும் நீ இருப்பாயா. என்செவிகளில் உன் இன்பம் சொல்வாயா. என் மன_ _ _ மன _ _ _என்று தடுமாறி என் மனதின் உறவாய் வருவாயா" என்று கூறி முடித்து எழுந்து நடந்தான் ராமன். கண்களில் கண்ணீருடன் அவனது நடையை பார்த்தால் கண்ணகி. ஒரு கால் இறங்கியவாறு நடந்தான் ராமன் அவனது காலினில் குண்டுகள் பட்டதலே அவனது நடையினில் இம்மாற்றம் என கண்ணகி நினைத்தாள். ராமன் மனதில் இருந்த சுமையை இறக்கிவைத்தது போல் உணர்ந்து நடக்க, நிலைதடுமாறி கீழே அமர்ந்தான் ராமன். கண்ணகி அதை கண்டதும் அவன் அருகே சென்று அவனை தூக்கினாள். உண்மையில் அவனது இடதுகால் செயற்கை கால். ராமனை தூக்கி அவனை தாங்கியவாறு அவனுடன் நடந்தாள் கண்ணகி.

கண்ணகியின் கைப்பேசியில் அவளது மகளின் அழைப்பு வந்தது. அதை எடுக்காமல் கண்ணகி ராமன் நடப்பதற்கு உதவியாய் அவனுடன் இவளும் சேர்ந்து நடந்தாள். கரையினில் நண்டுகள் அதன் வலையினில் மெல்ல ஓடி ஒளிந்தது.

அவனை தாங்கிப்பிடித்தது கண்ணகியின் கரங்கள் இல்லை. அவள் சொல்ல மறந்த காதல்....

என் நன்றியுரை

நான் வாழ்ந்த இத்தனை நாட்களும் எனை வாழ வைத்த அனைத்து உறவுகளுக்கும், என் அத்துனை நண்பர்களுக்கும் மற்றும் என் மனபுலம்பல்களை கேட்டு ஆறுதல் உரைத்து ஊக்கமளிக்கும் என் அன்பு அக்காவிற்கும் மனமார்ந்த நன்றிகளை கூறுவேன்.

எழுத்தாளர்
சி. விக்கனராஜ்
உங்கள் விமர்சனங்களை அனுப்புங்கள் -
vignaraj1328@gmail.com

புவியின் பார்வையில் பாவைகள்

புவியின் பார்வையில் பாவைகள்